சோலைமலை இளவரசி

கல்கி

PEN BIRD™
PUBILCATIONS

+91 8220063246 | penbirdpublications@gmail.com | www.penbird.in

சோலைமலை இளவரசி
கல்கி ரா.கிருஷ்ணமூர்த்தி

Solaimalai Ilavarasi
Kalki R.Krishnamoorthy

முதல் பதிப்பு	- ஜூன் 2025	
PB#38	- நாவல்	
அட்டை ஓவியம்	- கோ.பாலாஜி MFA.,	ISBN: 978-81-983127-3-0
வடிவமைப்பு	- நா.கௌசிகன்	Rs. 150

Printed by: Manipal Technologies Limited, India - 576104

இந்நூலின் எந்தவொரு பகுதியையும் ஆசிரியர் மற்றும் பதிப்பாளரின் எழுத்து பூர்வ அனுமதியின்றி அச்சு மற்றும் மின்னணு வழியே நகல் எடுப்பது, ஒலிப்பதிவு செய்து வெளியிடுவது, துண்டுப் பிரசுரமாக அச்சிட்டு வெளியிடுவது போன்ற செயல்கள் பதிப்புரிமைச் சட்டத்தின்படி தடை செய்யப்பட்டுள்ளது.

1

நள்ளிரவு ரயில் வண்டி

கன்னங்கரிய இருள் சூழ்ந்த இரவு. திட்டுத்திட்டான கருமேகங்கள் வானத்தை மூடிக்கொண்டிருந்தன. அந்த மேகக்கூட்டங்களுக்கு இடையிடையே விண்மீன்கள் அங்கொன்றும் இங்கொன்றுமாக வெளியில் வரலாமோ கூடாதோ என்ற சந்தேகத்துடன் எட்டிப் பார்த்தன.

கீழே பூமியில் அந்தக் காரிருளைக் காட்டிலும் கரியதான ஒரு மொட்டைப்பாறை பயங்கரமான கரும் பூதத்தைப்போல் எழுந்து நின்றது.

பாறையின் ஓரமாக இரண்டு கரிய கோடுகளைப் போல் ரயில் பாதையின் தண்டவாளங்கள் ஊர்ந்து செல்வதை, ஓரளவு இருளுக்குக் கண்கள் பழக்கப்பட்ட பிறகு உற்றுப் பார்த்துத் தெரிந்துகொள்ளலாம்.

ரயில் பாதையின் ஒரு பக்கத்தில் மனிதர்கள் அடிக்கடி நடந்து சென்றதனால் ஏற்பட்ட ஒற்றையடிப் பாதையில் ஒரு மனிதன் அந்த நள்ளிரவு வேளையில் நடந்து கொண்டிருந்தான். பாதையைக் கண்ணால் பார்த்துக் கொண்டு அவன் நடக்கவில்லை. காலின் உணர்ச்சியைக் கொண்டே நடந்தான். ரயில் தண்டவாளத்தின் ஓரமாகக் குவிந்திருந்த கருங்கள் சல்லிகளில் அவனுடைய கால்கள் சில சமயம் தடுக்கின. ஒற்றையடிப் பாதையின் மற்றொரு பக்கத்தில் வேலியைப்போல் வளர்ந்திருந்த கற்றாழைச் செடிகளின் முட்கள் சில சமயம் அவனுடைய கால்களில் குத்தின. அவற்றையெல்லாம் அந்த மனிதன் சற்றும் பொருட்படுத்தவில்லை. அவனுடைய நடை சிறிதேனும் தளரவில்லை. தடுக்கல்களையும் தடங்கல்களையும் பொருட்படுத்தாமல் விரைவாக நடந்தான்.

ரயில் பாதை ஓரிடத்தில் மொட்டைப்பாறையை வளைத்துக் கொண்டு சென்றது. வளைவு திரும்பியவுடனே இரத்தச் சிவப்பு நிறமான பெரிய நட்சத்திரம் ஒன்று தோன்றி அந்த நள்ளிரவுப் பிரயாணியின் கண்ணைப் பறித்தது. அங்கே சிறிது நின்று நிதானித்து பார்த்து, 'அது நட்சத்திரமில்லை' கைகாட்டி மரத்தின் உச்சியில் வைத்துள்ள சிவப்பு விளக்கு என்றும், ஏதோ ஒரு ரயில்வே ஸ்டேஷனுக்கு அருகில், தான் வந்திருக்க வேண்டுமென்றும் தெரிந்துகொண்டான். மேலும், ரயில் பாதையைத் தொடர்ந்து போவதா? அல்லது ரயில் பாதையை அங்கே விட்டுவிட்டு வேறு வழியில் திரும்புவதா என்று அம்மனிதன் எண்ணமிட்டான். அந்த வேளையில் வேறு வழி கண்டுபிடித்துச் செல்லுவது என்பது சுலபமான காரியமில்லைதான். ரயில் பாதையின் ஒரு பக்கத்தில் கரியபாறை செங்குத்தான சுவரைப்போல் நின்றது. மற்றொரு பக்கத்தை உற்றுப் பார்த்தான். கல்லும் முள்ளும் கள்ளியும் கருவேல மரமும் நிறைந்த காட்டுப் பிரதேசமுமாகக் காணப்பட்டது. ஆயினும் அந்தக் காட்டுப் பிரதேசத்தின் வழியாகச் சென்றுதான் வேறு நல்ல பாதை கண்டுபிடித்தாக வேண்டும். ரயில்வே ஸ்டேஷனுக்குப் போவது ஆபத்தாக முடியலாம்.

இவ்விதம் அந்தப் பிரயாணி யோசித்துக் கொண்டிருந்தபோது அவனுக்கெதிரே தெரிந்த கைகாட்டியின் விளக்கில் ஒரு மாறுதல் ஏற்பட்டது. சிவப்பு வெளிச்சம் பளிச்சென்று பச்சை வெளிச்சமாக மாறியது.

அந்த மாறுதல் ஏன் ஏற்பட்டதென்பதை அம்மனிதன் உடனே ஊகித்து உணர்ந்தான். தான் வந்த வழியே திரும்பி, சில அடி தூரம் நடந்தான். வளைவு நன்றாய்த் திரும்பியதும் நின்று, தான் வந்த திசையை நோக்கிக் கவனமாக உற்றுப் பார்த்தான். வெகுதூரத்தில் மின்மினிப் பூச்சியைப் போன்ற ஓர் ஒளித் திவலை பெரிதாகிக் கொண்டு வந்தது. 'கிஜுகிஜு கிஜுகிஜு' என்ற சத்தமும் அந்தத் திசையிலிருந்து கேட்கத் தொடங்கியது. ரயில் ஒன்று நெருங்கி வருகிறது என்று தெரிந்துகொண்டான்.

நம் கதாநாயகனுடைய உள்ளம் ஒரு கணம் துடித்தது. அவனுடைய கைகளும் துடித்தன. மறுகணம் அவன் மிக விந்தையான காரியம் ஒன்று செய்தான். தன்னுடைய அரைச் சட்டையின் பையிலிருந்து ஏதோ ஓர் ஆயுதத்தையும் ஒரு சிறு 'டார்ச் லைட்'டையும் எடுத்தான். டார்ச் லைட்டின் விசையை அமுக்கித் தண்டவாளத்தின் மீது விழும்படிச் செய்தான். ஒரு விநாடி நேரந்தான்

விளக்கு எரிந்தது. அந்த ஒரு விநாடியில் அவன் பார்க்க வேண்டியதைப் பார்த்துக்கொண்டான். ஒரே பாய்ச்சலில் தாவிச் சென்று தண்டவாளத்தில் ஓரிடத்தில் போய் உட்கார்ந்தான். ஆயுதத்தைக் கொண்டு ஏதோ செய்தான். திருகைச் சுழற்றுவது போன்ற சத்தம் கேட்டது. பின்னர் முழுவதையும் உபயோகித்துத் தண்டவாளத்தைப் பெயர்த்து நகர்த்தினான்.

அவ்வளவுதான்; அடுத்த நிமிஷம் ஆயுதத்தை வீசி எறிந்துவிட்டு கற்றாழை வேலியை ஒரே தாண்டலாகத் தாண்டிக் குதித்து வேலிக்கு அப்பாலிருந்த காட்டு நிலத்தில் அதிவேகமாக ஓட ஆரம்பித்தான். இரண்டு மூன்று தடவை தடுமாறிக் கீழே விழுந்து மறுபடியும் எழுந்து ஓடினான். சுமார் அரை பர்லாங்கு தூரம் ஓடிய பிறகு சற்றே நின்று திரும்பிப் பார்த்தான்.

ரயில் வண்டி, பாறையின் வளைவை நெருங்கி நெருங்கி வந்து கொண்டிருந்தது. என்ஜின் முகப்பில் பொருத்தியிருந்த 'ஸர்ச் லைட்'டின், வெளிச்சமானது பாறையையும் ரயில் பாதையையும், அந்தப் பிரதேசம் முழுவதையுமே பிரகாசப்படுத்தியது.

தண்டவாளத்தைப் பெயர்த்துவிட்டு ஓடிப்போய் நின்ற மனிதன் சட்டென்று பக்கத்திலிருந்த புதர் ஒன்றின் மறைவில் ஒளிந்து கொண்டான். ரயில் வண்டி, பாதையின் வளைவை நெருங்கி வருவதை ஆவலுடன் கண்கொட்டாமல் பார்க்கலானான். அவனுடைய நெஞ்சு 'தடக் தடக்'கென்று அடித்துக்கொண்டது. உடம்பெல்லாம் 'குபீ'ரென்று வியர்த்தது.

பாறையின் முடுக்கை நெருங்கியபோது ரயிலின் வேகம் திடீரென்று குறைந்தது. சட்டென்று 'பிரேக்' போட்டு ரயிலை நிறுத்தும்போது உண்டாகும் 'கடபுட' சத்தங்களும் ரயிலில் சக்கரங்கள் வீலிடும் சத்தங்களும் கலந்து கேட்டன. ரயில் நின்றது. நின்ற ரயிலிலிருந்து 'சடசட'வென்று சில மனிதர்கள் இறங்கினார்கள்.

அவர்களில் ஒருவன் கையில் லாந்தர் விளக்குடன் இறங்கி வந்தான். எல்லாரும் கும்பலாக ரயில் என்ஜினுக்கு முன்னால் வந்து தண்டவாளத்தை உற்று நோக்கினார்கள். ஏக காலத்தில் காரசாரமான வசை மொழிகள் அவர்களுடைய வாயிலிருந்து வெளியாயின. இரண்டொருவர் குனிந்து, பெயர்த்து நகர்த்தப்பட்டிருந்த தண்டவாளத்தைச் சரிப்படுத்தினார்கள். தலையில் தொப்பி அணிந்திருந்த ஒருவர் தம் சட்டைப் பையிலிருந்து கைத்துப்பாக்கியை எடுத்து, காட்டுப் பிரதேசத்தை நோக்கிச் சுட்டார். ரயில் பாதையின்

ஓரத்துப் புதர்களிலிருந்து இரண்டு நரிகள் விழுந்தடித்து ஓடின. அதைப் பார்த்துக் கும்பலிலிருந்தவர்களில் இரண்டொருவர் 'கலகல'வென்று சிரித்த சத்தம் காற்றிலே மிதந்து வந்தது.

புதரில் மறைந்திருந்த மனிதனுடைய உடம்பு நடுங்கிற்று. குளிர்ந்த காற்றினாலா, துப்பாக்கி வேட்டினாலா, சிரிப்புச் சத்தத்தினாலா என்று சொல்ல முடியாது.

மேலும் சில நிமிஷ நேரம் அங்கேயே நின்று அந்த மனிதர்கள் பேசிக்கொண்டிருந்தார்கள். எப்பேர்ப்பட்ட அபாயத்திலிருந்து ரயில் தப்பியது என்பதைப் பற்றித்தான் அவர்கள் பேசியிருக்க வேண்டும். பிறகு எல்லாரும் திரும்பிச் சென்று அவரவர்களுடைய வண்டியில் ஏறிக்கொண்டார்கள்.

அவர்கள் திரும்பிய போது ரயிலின் ஒவ்வொரு வண்டியிலிருந்தும் சிலர் தலையை நீட்டி, "என்ன சமாசாரம்?" என்று விசாரத்ததும் புதரில் ஒளிந்திருந்த நம் கதாநாயகனுக்குத் தெரிந்தது. சிறிது நேரத்துக்கெல்லாம் 'பப்பப்' 'பப்பப்' என்ற சத்தத்துடன் ரயில் புறப்பட்டது.

இருள் சூழ்ந்த இரவில் நீண்ட ரயில் வண்டித்தொடர் போகும் காட்சி ஓர் அழகானக் காட்சிதான். நின்ற இடத்தில் நிலையாக நிற்கும் தீப வரிசையே பார்ப்பதற்கு எவ்வளவோ ரம்மியமாக இருக்கும். அத்தகைய தீப வரிசையானது இடம்பெயர்ந்து நகர்ந்து போய்க்கொண்டிருக்குமானால், அந்த அபூர்வமான காட்சியின் அழகைப் பற்றிக் கேட்கவும் வேண்டுமா?

அந்த அழகையெல்லாம் நம் நள்ளிரவுப் பிரயாணி சிறிதும் விடாமல் அனுபவித்தான். ரயில் வண்டித் தொடரில் கடைசி வண்டியும், தீப வரிசையில் கடைசித் தீபமும் மலை முடுக்கில் திரும்பி மறையும் வரையில் அவன் அந்தக் காட்சியை அடங்காத ஆவலுடன் பார்த்துக்கொண்டிருந்தான்.

பிறகுதான் அவனுக்குத் தன் சுயநினைவு வந்தது. அவனுடைய மனத்தில் அதற்குமுன் என்றும் அனுபவித்தறியாத அமைதி அச்சமயம் குடிகொண்டிருந்தது. தான் செய்த காரியத்தினால் அந்த ரயில்வண்டித் தொடருக்கும் அதிலிருந்த நூற்றுக்கணக்கான ஆண் பெண் குழந்தைகளுக்கும் நல்ல வேளையாக அபாயம் எதுவும் ஏற்படாமல் போனதில் அவனுக்கு அளவில்லாத திருப்தி உண்டாகியிருந்தது.

2

சின்னஞ்சிறு நட்சத்திரம்

'சரித்திரப் புகழ்பெற்ற வருஷம்' என்று பண்டித ஜவஹர்லால் நேரு முதலிய மாபெரும் தலைவர்களால் கொண்டாடப் பெற்ற 1942ஆம் வருஷத்து ஆகஸ்டு மாதத்தில் மேற்கூறிய சம்பவம் நடந்தது.

சில காலமாகவே இந்திய மக்களின் உள்ளத்தில் குமுறிக் கொண்டிருந்த கோபாக்கினி மலை மேற்படி 1942 ஆகஸ்டில் படீரென்று வெடித்தது. புரட்சித் தீ தேசமெங்கும் அதிவேகமாகப் பரவியது. அந்தப் புரட்சித் தீயை நாடெங்கும் பரப்புவதற்குக் கருவியாக ஏற்பட்ட தேசபக்த வீரத் தியாகிகளில் நம் கதாநாயகன் குமாரலிங்கமும் ஒருவன்.

அந்த அதிசயமான 1942 ஆகஸ்டில், அதுவரையில் தேசத்தைப் பற்றியோ தேச விடுதலையைப் பற்றியோ அதிகமாகக் கவலைப்பட்டறியாத அநேகம்பேரைத் திடீரென்று தேசபக்தி வேகமும் சுதந்திர ஆவேசமும் புரட்சி வெறியும் பிடித்துக்கொண்டன. ஆனால், குமாரலிங்கமோ வெகுகாலமாகவே தேசபக்தியும் தேச சுதந்திரத்தில் ஆர்வமும் கொண்டிருந்தவன். அந்த ஆர்வத்தைக் காரியத்திலே காட்டுவதற்கு ஒரு தக்க சந்தர்ப்பத்தைத்தான் எதிர்நோக்கிக் கொண்டிருந்தான். அந்தச் சந்தர்ப்பம் இப்போது வந்துவிட்டதென்றும், பாரதத் தாயின் அடிமை விலங்கை முறித்தெறிவதற்கு இதுவே சரியான தருணம் என்றும் அவன் பரிபூரணமாக நம்பினான்.

காந்தி மகாத்மாவையும் மற்றும் தேசத்தின் ஒப்பற்ற மாபெருந் தலைவர்களையும் அந்நிய அதிகாரவர்க்க சர்க்கார் இரவுக்கிரவே சிறைப்படுத்தி, யாரும் அறியாத இரகசிய இடத்துக்குக் கொண்டு போனார்கள் என்ற செய்தி அவனுடைய உள்ளத்தில் மூண்டிருந்த ஆத்திரத் தீயில் எண்ணெயை ஊற்றிப் பொங்கி எழச் செய்தது. சுபாஷ் சந்திரபோஸ், பெர்லின் ரேடியோ மூலமாகச் செய்த வீராவேசப் பிரசங்கங்கள், தேச விடுதலைக்காக எத்தகைய தியாகத்துக்கும் அவன் ஆயத்தமாகும்படி, செய்திருந்தன. உலகமெங்கும் அந்தச் சமயம் நடந்துகொண்டிருந்த சம்பவங்களும், தேசத்தில் நிகழ்ந்துகொண்டிருந்த காரியங்களும் அவனுடைய நவயௌவன தேகத்தில் ஓடிக்கொண்டிருந்த சுத்த இரத்தத்தைக்

கொதிக்கும்படி செய்திருந்தன. தேச விடுதலைக்காக ஏதேனும் செய்தேயாக வேண்டும் என்று அவனுடைய நரம்புகள் துடித்துக் கொண்டிருந்தன. அவனுடைய உடம்பின் ஒவ்வோர் அணுவும் குமுறி மோதி அல்லோலகல்லோலம் செய்துகொண்டிருந்தது. பாரதநாட்டின் இறுதியான சுதந்திரப் போரில் அவசியமானால் தன்னுடைய உயிரையே அர்ப்பணம் செய்துவிடுவதென்று அவன் திடசங்கல்பம் செய்துகொண்டான்.

இந்த நிலையில் அவனுடைய மனோதிடத்தையும் தீவிரத்தையும் உபயோகப்படுத்துவதற்கு நல்லதொரு சந்தர்ப்பம் வாய்த்தது. வடநாட்டிலிருந்து புரட்சித்தலைவர் ஒருவர் சென்னைக்கு வந்தார். புரட்சித் திட்டத்தை மாகாணமெங்கும் அதிவிரைவாகப் பரப்புவதற்கு அவர் தக்க ஆசாமிகளைத் தேடிக்கொண்டிருந்தார். மேற்படித் தொண்டில் ஈடுபடுவதற்குக் குமாரலிங்கம் முன்வந்தான். அவனுடன் பேசிப் பார்த்துத் தகுந்த ஆசாமிதான் என்று தெரிந்துகொண்ட தலைவர், தெற்கே பாண்டிய நாட்டுக்குப் போகும்படி அவனைப் பணித்தார். குமாரலிங்கம் பாண்டிய நாட்டைச் சேர்ந்தவன் என்பதோடு அந்த நாட்டில் பிரயாணம் செய்து பழக்கம் உள்ளவன். எனவே, மேற்படி தொண்டை மேற்கொள்ள அவன் உற்சாகத்துடன் முன்வந்தான்.

'சைக்ளோ ஸ்டைல்' இயந்திரத்தில் அச்சடித்த துண்டுப் பிரசுரங்களுடன் குமாரலிங்கம் பாண்டிய நாட்டுக்குச் சென்றான். அந்த நாட்டில் ஒவ்வோர் ஊரிலும் முக்கியமான தேசபக்த வீரர்களின் ஜாபிதா அவனிடம் இருந்தது. அவர்களைக் கண்டுபிடித்துத் துண்டுப் பிரசுரங்களை அவர்களிடம் கொடுத்தான்.

தேச சுதந்திரத்தில் அவன் அச்சமயம் கொண்டிருந்த ஆவேச வெறியில், துண்டுப் பிரசுரத்தில் கண்டிருந்ததைக் காட்டிலும் சில அதிகப்படியான காரியங்களையும் சொன்னான். தந்தி அறுத்தல், தண்டவாளம் பெயர்த்தல் முதலிய திட்டங்களோடு, ரயில்வே ஸ்டேஷன்களையும் கோர்ட்டுகளையும் தீ வைத்துக் கொளுத்துதல், சிறைகளைத் திறந்து கைதிகளை விடுதலை செய்தல், சர்க்கார் கஜானாக்களைக் கைப்பற்றுதல் முதலிய புரட்சித் திட்டங்களையும் அவன் சொல்லிக்கொண்டு போனான். இவ்வளவும் சொல்லிவிட்டு மகாத்மாவின் அஹிம்சா தர்மத்துக்கு மாறாக எந்தக் காரியமும் செய்யக்கூடாதென்று எச்சரித்துக்கொண்டும் சென்றான்.

இப்படி அவன் புயல்காற்றின் வேகத்தில் ஊர் ஊராகப் பிரயாணம் செய்துகொண்டிருந்த போது ஓர் ஊரில் அவனைக் கைது

செய்யும்படி போலீஸ் உத்தியோகஸ்தர்களுக்குச் சென்னையில் இருந்து உத்தரவு வந்திருந்தது என்பதைத் தெரிந்துகொண்டான். கைதியாவதற்கு முன்னால் தேச விடுதலைக்காகப் பிரமாதமான காரியம் ஒன்று செய்யவேண்டும் என்று அவன் தீர்மானித்தான். பொதுக்கூட்டம் நடத்த ஏற்பாடு செய்தான். அந்தக் கூட்டத்தில் தேசபக்தி ஆவேசமும் சுதந்திர வெறியும் ததும்பிய பிரசங்கம் ஒன்று செய்தான்: “பாரத் தாயின் அடிமை விலங்கைத் தகர்க்கும் காலம் வந்துவிட்டது. இதுதான் சமயம்! ஆறிலும் சாவு நூறிலும் சாவு. கிளம்புங்கள் உடனே! இந்த ஊர்ச் சிறையில் சில தேசபக்தர்கள் இருப்பதாகக் கேள்விப்படுகிறேன். சிறைக் கதவை உடைத்து அவர்களை விடுதலை செய்யுங்கள்! தாலுக்கா கச்சேரியையும் கஜானாவையும் கைப்பற்றுங்கள். வெளியூர்களிலிருந்து போலீஸார் வராதபடி தந்திக் கம்பிகளை அறுத்துவிடுங்கள்! பூரண சுதந்திரக் கொடியை வானளாவ உயர்த்துங்கள்! நமதே ராஜ்யம்! அடைந்தே தீருவோம்!” என்று வீர கர்ஜனை புரிந்தான்.

அவனுடைய ஆவேசப் பிரசங்கத்தைக் கேட்ட ஜனங்கள் அந்த க்ஷணமே, “வந்தே மாதரம்! மகாத்மா காந்திக்கு ஜே! புரட்சி வாழ்க!” என்ற கோஷங்களை இட்டுக்கொண்டு தாலுக்கா கச்சேரியை நோக்கிக் கிளம்பினார்கள். போகப்போக ஜனக்கூட்டம் பெருகியது. அந்தப் பெருங்கூட்டத்தின் மத்தியில் குமாரலிங்கம் ஆண் சிங்கத்தைப்போல கர்ஜித்துக்கொண்டு நடந்தான்.

இதற்குள்ளாக அதிகாரிகளுக்கு விஷயம் எட்டிவிட்டது. பொதுக்கூட்டத்திலேயே குமாரலிங்கத்தைக் கைது செய்யும் நோக்கத்துடன் புறப்பட்டு வந்த போலீஸ் ஸப்இன்ஸ்பெக்டரும் சேவகர்களும் பாதி வழியிலேயே எதிரிலே வந்த ஜனக்கூட்டத்தைப் பார்த்துவிட்டு வேகமாகத் திரும்பிச் சென்றார்கள். ஜனங்கள் அவர்களைத் துரத்திக்கொண்டு ஓடினார்கள். போலீஸ்காரர்கள் விரைந்தோடித் தாலுக்கா கச்சேரிக்குள் போய் ஒளிந்துகொண்டார்கள்.

ஆவேச வெறியில் மூழ்கியிருந்த ஜனங்கள் தாலுக்கா கச்சேரியை வளைத்துக் கொண்டார்கள். கச்சேரியின் காம்பவுண்டுக்குள் இருந்த ஸப்ஜெயிலின் கதவுகளை உடைத்துத் திருடர்கள், போக்கிரிகள் உட்பட எல்லாரையும் விடுதலை செய்தார்கள். சரமாரியாகக் கற்கள் தாலுக்கா கச்சேரியின் மேல் விழுந்தன. உள்ளேயிருந்த போலீஸார் துப்பாக்கியை எடுத்து வெளியே குருட்டாம் போக்காகச் சுட்டார்கள். இரண்டொருவர் காயமடைந்து விழவும் ஜனங்களின் கோபாவேச வெறி அதிகமாயிற்று. தாலுக்கா கச்சேரிக் கட்டிடத்தில் தீ வைப்பதற்கு முயன்றார்கள். மண்ணெண்ணெய், பெட்ரோல்,

வைக்கோல், நெருப்புப் பெட்டி முதலியவை எல்லாம் அதி சீக்கிரத்தில் வந்து சேர்ந்தன.

இந்த ஏற்பாடுகளைப் பார்த்ததும் உள்ளேயிருந்த போலீஸார் வெளியேறிச் செல்ல முயன்றார்கள். துப்பாக்கியால் சுட்டுக் கொண்டே வெளியில் வந்தார்கள். துரதிருஷ்டவசமாக அவர்களிடம் துப்பாக்கிகள் இரண்டே இரண்டுதான் இருந்தன. தோட்டாக்களும் குறைவாக இருந்தன. இரண்டு மூன்று தடவைச் சுட்டதும் தோட்டாக்கள் தீர்ந்துபோயின. சுட ஆரம்பித்ததும் சற்று விலகிப்போன ஜனக்கூட்டம், தோட்டா தீர்ந்துவிட்டது என்பதை அறிந்ததும் திரும்பி வந்து போலீஸாரைச் சூழ்ந்துகொண்டு தாக்கியது. இன்னது செய்கிறோம், அதனுடைய பலன் இன்னது என்று தெரியாமல் ஜனக்கூட்டம் மூர்க்கமாகத் தாக்கியதன் பலனாக இரண்டு போலீஸார் உயிரிழந்து விழுந்தனர்.

இதற்குள்ளே பெரிய உத்தியோகஸ்தர்களுக்குத் தகவல் கிடைத்தது. போலீஸ் டெபுடி சூபரின்டெண்டெண்டும் பல போலீஸ் ஜவான்களும் பயங்கரமான ஹுங்கார சத்தங்களை இட்டுக்கொண்டு விரைந்து வந்தார்கள். அவ்வளவுதான்! “ஓடு, ஓடு!” என்று ஒரு குரல் கேட்டது. ஜனங்கள் நாலா பக்கமும் விழுந்தடித்து ஓடினார்கள். புதிதாக வந்த போலீஸார் அவர்களைத் துரத்தி அடித்தார்கள். ஒரே அல்லோல கல்லோலமாய்ப் போய்விட்டது.

வெகு துரிதமாக நடந்த இவ்வளவு காரியங்களையும் குமாரலிங்கம் பார்த்துக்கொண்டிருந்தான். போலீஸ்காரர் இருவர் உயிரிழந்து விழுவதையும் பார்த்தான். தூரத்திலே பெரிய போலீஸ் படை வருவதையும் ஜனங்கள் சிதறி ஓடுவதையும் கவனித்தான். சற்றுநேரம் திகைத்து நின்றான். பிறகு மனத்தைத் திடப்படுத்திக் கொண்டு மற்ற எல்லாரையும் போல் அவனும் ஓட்டம் பிடித்தான். தான் அங்கு நின்றால் கட்டாயம் தன்னைக் கைது செய்துவிடுவார்கள்; போலீஸார் இருவர் இறந்ததற்காகத் தன் மீது கொலைக் குற்றம் சாட்டினாலும் சாட்டுவார்கள். ஸப் ஜெயிலில் வைத்துக் கொடுமை செய்வார்கள். போலீஸாரிடம் சிக்கிக் கொள்ளுவதற்கு முன்னால் தேசத்துக்காக எவ்வளவு காரியம் செய்யலாமோ அவ்வளவும் செய்துவிட வேண்டும். இன்னும் சிலநாள் தலைமறைவாக இருந்து வேலை செய்தால் ஒருவேளை தேசமெல்லாம் நடக்கும் மகத்தான புரட்சி இயக்கம் வெற்றி பெற்றுத் தேசம் சுதந்திரம் அடைந்தாலும் அடைந்துவிடும். அதைக் கண்ணால் பார்க்காமல் அவசரப்பட்டுத்

தூக்குமேடைக்குப் போவதால் என்ன லாபம்? எப்படியும் இந்தச் சமயம் ஓடித் தப்பித்துக்கொள்வதுதான் சரி.

மின்னல் மின்னுகிற நேரத்தில் இவ்வளவு யோசனைகளும் குமாரலிங்கத்தின் மனத்தில் தோன்றி மறைந்தன. முடிவாக அவன் உள்ளம் செய்த தீர்மானத்தைக் கால்கள் உடனே நிறைவேற்றி வைக்க ஆரம்பித்தன. சந்து பொந்துகளில் புகுந்து விரைந்து ஓடினான். கொஞ்சநேரத்துக்கெல்லாம் அந்தப் பட்டணத்தின் எல்லையைக் கடந்து பட்டணத்தைச் சுற்றியிருந்த புன்செய்க் காடுகளில் புகுந்தான்.

பொழுது விடிவதற்குள்ளே ஒரு பத்திரமான இடத்தை அடைந்துவிட வேண்டுமென்று தீர்மானித்து விரைவாகச் சென்றான். இரவு வேளையில் வழி கண்டுபிடிக்க முடியாமலும் திக்குத் திசை தெரியாமலும் போய்க்கொண்டிருந்தபோது அதிர்ஷ்டவசமாக ரயில்பாதை அகப்பட்டது. ரயில் பாதையோடு அவன் கொஞ்சதூரம் நடந்து சென்ற பிறகு, நாம் ஆரம்பத்தில் பார்த்தபடி மொட்டைப் பாறையின் வளைவை அடைந்தான். அச்சமயம் ரயில் வருவதைப் பார்த்ததும், தேசத்தின் சுதந்திரத்துக்காக இன்னும் ஒரு பிரமாதமான காரியம் ஏன் செய்யக்கூடாது என்ற எண்ணம் மின்னலைப்போல் உதித்தது. உடனே அதை நிறைவேற்ற ஆரம்பித்தான். ஆனால், அவனுடைய வேலை வெற்றி அடையாமல் போனதையும் அதன் பலனாக அவன் உள்ளத்தில் ஏற்பட்ட அதிருப்தியையும் மேலே பார்த்தோம்.

இரவில் செல்லும் ரயிலின் அழகிய தீப அலங்காரக் காட்சி மறைந்ததும் மறுபடியும் நாலாபுறமும் காரிருள் வந்து மூடிக்கொண்டது. குமாரலிங்கம் அப்போது நின்ற இடத்திலிருந்து ரயில்வே ஸ்டேஷன் தெரியாதபடி கரிய பாறை மறைத்துக் கொண்டிருந்தது. எனவே, நாலாபக்கமும் ஒரே அந்தகாரந்தான். வெளியில் இருந்தது போலவே குமாரலிங்கத்தின் உள்ளத்தையும் இருள் மூடியிருந்தது. திக்குத்திசை தெரியாத இருட்டிலே என்ன செய்வது, எந்தப் பக்கம் போவது என்று தெரியாமல் அவன் மிகவும் திகைத்தான். அவனுடைய வருங்கால வாழ்க்கை அப்படி இருள் சூழ்ந்ததாயிருக்குமோ என்ற எண்ணம் ஒரு கணம் அவன் மனத்தில் தோன்றியபோது, அதுவரையில் எத்தனையோ ஆபத்தான நிலைமைகளிலும் அவன் உணர்ந்தறியாத ஒருவித திகில் அவன் நெஞ்சில் உண்டாயிற்று. இருதயம் 'படபட'வென்று அடித்துக்கொண்டது. நின்று கொண்டிருக்கும் போதே அவன் கால்கள் 'வெடவெட' வென்று நடுங்கின.

அடுத்த கணத்தில் அடியோடு பலமிழந்து நினைவிழந்து அவன் கீழே விழுந்திருப்பான். நல்ல வேளையாக அச்சமயம் குபீரென்று வீசிய குளிர்ந்த காற்றினால் அவன் உடம்பெல்லாம் சிலிர்த்தது. ஒரு பெரும் பிரயத்தனம் செய்து 'இம்மாதிரிக் கோழைத்தனத்துக்குச் சற்றும் இடங்கொடுக்கக் கூடாது' என்று மனத்தில் திடசங்கல்பம் செய்துகொண்டான். இருதயத்தின் படபடப்பும், கால்களின் நடுக்கமும் ஏக காலத்தில் நின்றன. மறுபடியும் ஒரு தடவை நாலாபக்கமும் கூர்ந்து கவனமாகப் பார்த்தான். எந்தப் பக்கம் போகலாம் என்ற எண்ணத்துடனேதான். சிறிதுநேரம் அப்படி உற்றுப் பார்த்த பிறகு, மேற்கே வெகுதூரத்தில், அடிவானத்துக்கருகில், ஒரு சின்னஞ்சிறு நட்சத்திரம் அவன் கண்ணுக்குத் தெரிந்தது. மினுக்கு மினுக்கு என்று மின்னிய அந்த நட்சத்திரத்தில் ஏதோ கவர்ச்சி இருந்தது. அதையே வெகுநேரம் உற்றுப் பார்த்துக்கொண்டிருந்தான். சற்று முன்னால் ரயில்வே ஸ்டேஷன் கைகாட்டி விளக்கை நட்சத்திரமோ என்று எண்ணி ஏமாந்தது அவன் நினைவுக்கு வந்தது. இதுவும் அம்மாதிரி ஏமாற்றந்தானா? இல்லை, இல்லை! அந்தக் கைகாட்டியின் சிவப்பு விளக்கு அவனைப் பயமுறுத்தித் தடுத்து நிறுத்தியது. இந்தக் கோமேதக வர்ண நட்சத்திரமோ அவனைக் கைகாட்டி அழைத்தது.

ஆம்; இதுவும் உண்மையில் நட்சத்திரமில்லைதான் சோலைமலை மீதுள்ள முருகன் கோயிலில் ஏற்றி வைத்து இரவு பகல் அணையாமல் காப்பாற்றப்படும் தீபம் அது! அந்த அமர தீபந்தான் தன்னைப் பரிவுடன் அழைக்கிறது என்று அறிந்து கொண்டான்.

சோலைமலைக்கும் அந்த மலைமீதிருக்கும் முருகன் கோயிலுக்கும் ஏற்கெனவே குமாரலிங்கம் போயிருக்கிறான். அந்த மலையின் அடிவாரத்திலுள்ள பாழடைந்த கோட்டையையும் பார்த்திருக்கிறான். சோலைமலைக் காட்டிலும் அதன் அடிவாரத்துக் கோட்டையிலும் மலைக்கு அப்பாலுள்ள பள்ளத்தாக்கிலும் ஒளிந்து கொண்டிருக்க வசதியான பல இடங்கள் இருக்கின்றன. இன்னும் சில காலத்துக்கு அந்த மலைப் பிரதேசந்தான். தனக்குச் சரியான இடம். முருகப் பெருமானுக்குத் தன்னிடமுள்ள கருணைதான் அந்த அமரதீபமாக ஒளிர்ந்து தன்னை அவ்விடம் வரும்படி அழைக்கிறது! தேசவிடுதலைத் தொண்டில் ஈடுபட்ட தன்னைப் பிரிட்டிஷ் போலீஸாரிடம் காட்டிக்கொடுப்பதற்குக் கடவுளே இஷ்டப் படவில்லை போலும்! அதனாலேதான் உள்ளம் சோர்ந்து உடல் தளர்ந்துபோய் நின்ற தன் கண் முன்னால் அந்தச் சோலைமலை முருகன் கோயில் தீபம் தெரிந்திருக்கிறது. தான் வேறு வழியாக,

அந்தக் கரிய செங்குத்தான பாறைக்குப் பின்புறமாகச் சென்றிருந்தால், அந்தச் சோலைமலைத் தீபத்தைப் பார்த்திருக்க முடியாதல்லவா? சிலகாலம் அந்த மலைப் பிரதேசத்தில் நாம் மறைந்திருக்க வேண்டுமென்பது முருகனுடைய சித்தமாக இருக்க வேண்டும்!

இவ்விதம் முடிவு கட்டிய குமாரலிங்கம், சோலைமலை அமர தீபத்தைக் குறியாக வைத்துக்கொண்டு நடக்கத் தொடங்கினான். அவனுடைய நெஞ்சிலே ஏற்பட்ட உறுதியும் திடமும் அவனுடைய கால்களுக்கு அதிசயமான பலத்தை அளித்தன.

3

சேவல் கூவிற்று!

குமாரலிங்கம் சோலைமலையின் அடிவாரத்துக்கு வந்து சேர்ந்தபோது, மலைமேலே ஒளிர்ந்து அவனை அவ்விடத்துக்கு கவர்ந்து இழுத்த முருகன் கோயிலின் அமர தீபம் பார்வைக்கு மறைந்துவிட்டது. அதற்குப் பதிலாக, கீழ்த்திசையில் உதித்து மேலே சிறிது தூரம் பிரயாணம் செய்து வந்திருந்த விடிவெள்ளியானது உதய கன்னியின் நெற்றிச் சுட்டியில் பதித்த கோஹினூர் வைரத்தைப் போல் டால் வீசிற்று. அதுமட்டுமல்லாமல் வானத்தை மறைத்திருந்த மேகத்திட்டுகள் விலகிவிட்டபடியால், ஆகாச வெளியெங்கும் கோடானுகோடி வைரச்சுடர்கள் வாரி இறைத்தாற்போன்று காட்சித் தோன்றியது.

கிழக்கு நன்றாய் வெளுத்து, சுக்கிரனுடைய பிரகாசமும் மங்கத் தொடங்கிய சமயத்தில் குமாரலிங்கம் சோலைமலையை அடுத்திருந்த பாழடைந்த கோட்டையை அடைந்தான். களைப்பினால் அவனுடைய கால்கள் கெஞ்சின. தன்னை மீறி வந்த தூக்கத்தினால் கண்களும் தலையும் சுழன்றன. ‘இனிமேல் சிறிது தூரமும் நடக்க முடியாது; இந்தப் பாழடைந்த கோட்டைக்குள்ளே புகுந்து எங்கேயாவது ஓர் இடிந்த மண்டபத்தைப் பார்த்துப் படுத்துக்கொள்ள வேண்டியதுதான். ஜனசஞ்சாரம் இல்லாத இடம். பத்திரத்துக்குக் குறைவு ஒன்றுமில்லை!’ என்று மனத்தில் எண்ணினான்.

மதில்சுவர் இடிந்ததனால் ஏற்பட்டிருந்த வழி மூலமாகக் கோட்டைக்குள்ளே புகுந்து சென்றான். மிக வியப்பான எண்ணம்

ஒன்று அப்போது அவன் மனத்திலே தோன்றிற்று. அந்தக் கோட்டைக்குள்ளே முன் எப்போதோ ஒரு சமயம் ஏறக்குறைய இதே மாதிரிச் சந்தர்ப்பத்தில் ஒளிந்துகொள்வதற்காகப் பிரவேசித்தது ஞாபகத்துக்கு வந்தது. எப்போது, எதற்காக அவ்விதம் நிகழ்ந்தது என்பதெல்லாம் ஒன்றும் தெரியவில்லை.

மூன்று வருஷத்துக்கு முன்னால் அவன் இந்த மலை மேலுள்ள முருகன் கோயில் திருவிழாவுக்கு வந்திருந்தபோது அந்தப் பாழடைந்த கோட்டையை மேலேயிருந்து பார்த்தானே தவிர, அதற்குள்ளே பிரவேசிக்கவில்லை. பின் எப்போது அங்கே தான் வந்திருக்கக்கூடும். இது என்ன பைத்தியக்கார எண்ணம்? கோட்டைக்குள்ளே மேலும் போகப்போக, அந்த எண்ணம் உறுதிப்பட்டு வந்தது. மேட்டிலும் பள்ளத்திலும் கல்லிலும் காரையிலும் அவன் ஏறி இறங்கி நடந்து சென்றபோது, நிச்சயமாக இங்கே முன்னொரு தடவை நாம் வந்திருக்கிறோம். ஆனால், அச்சமயம் இந்த இடங்கள் எல்லாம் இவ்விதமாக இல்லை என்று தோன்றியது.

இன்னும் கொஞ்சதூரம் சென்றதும் காடாக மண்டிக்கிடந்த மரம் செடிகளுக்கு மத்தியில் ஒரு சிறு மண்டபம் இருப்பது தெரிய வந்தது. அதற்குச் சற்றுதூரத்தில் மேல் மச்சுக்களெல்லாம் தகர்ந்து விழுந்து கீழ்த்தளம் மட்டும் அதிகம் சிதையாமலிருந்த ஒரு கட்டிடம் காணப்பட்டது.

மேற்படி மண்டபமும் அப்பாலிருந்த கட்டிடமும் அவனுக்கு நன்றாய்ப் பழக்கப்பட்டவையாகத் தோன்றின. எப்பொழுது, எந்த முறையில் என்பது மட்டும் தெளிவாகவில்லை. தூக்க மயக்கத்தினால் நன்றாக யோசித்து ஞாபகப்படுத்திக்கொள்ள முடியவில்லை. ‘எல்லாவற்றுக்கும் இந்த மண்டபத்தில் சிறிதுநேரம் படுத்து உறங்கலாம். உறங்கி எழுந்த பிறகு மனத்தெளிவுடன் யோசிக்கலாம்’ என்று தீர்மானித்தான். அந்தத் தீர்மானத்தை நிறைவேற்றுவதற்காக மண்டபத்தின் விளிம்பில் ஒரு தூண் ஓரமாக உட்கார்ந்தான். கீழ்தளம் அவ்வளவு சுகமாக இல்லை. குண்டும் குழியும் கல்லும் கட்டியுமாகத்தான் இருந்தது. தலைக்கு வைத்துக்கொள்ளவும் ஒன்றுமில்லை. ஆனாலும், இனி ஒரு நிமிஷமும் தூக்கத்தைச் சமாளிக்க முடியாது; கையை மடித்துத் தலைக்கு வைத்துக்கொண்டு படுத்துக்கொள்ள வேண்டியதுதான் என்று குமாரலிங்கம் எண்ணினான். அப்போது எங்கேயோ பக்கத்திலிருந்த கிராமத்திலிருந்து ‘கொக்கரக்கோ!’ என்று சேவல் கூவும் சத்தம் கேட்டது.

'கொக்கரக்கோ! கொக்கரக்கோ! கொக்கரக்கோ!'

மூன்றாவது தடவை சேவல் கோழி 'கொக்கரக்கோ' என்று கூவியபோது, குமாரலிங்கத்தின் கண்ணெதிரே இந்திர ஜாலமோ, மகேந்திர ஜாலமோ என்று சொல்லும்படியாக ஒரு பெரிய அதிசயம் நிகழ்ந்தது. அவன் உட்கார்ந்த மண்டபம் புத்தம் புதிய அழகான வஸந்த மண்டபமாக மாறியது. மண்டபத்தைச் சுற்றியிருந்த காடு ஒரு நொடியில் மலர்கள் பூத்துக்குலுங்கிய செடிகளும் மரங்களும் உள்ள உத்தியான வனம் ஆயிற்று. அதற்கப்பாலிருந்த இடிந்த கட்டிடம் மூன்றடுக்கு மெத்தையுள்ள அழகிய வேலைப்பாடுகள் அமைந்த அரண்மனை ஆயிற்று. இன்னும் அதற்கப்பால் இருபுறங்களிலும் வேறு அழகிய கட்டிடங்கள், சுவர்களில் பூசிய முத்துச் சுண்ணாம்பினால் வைகறையின் மங்கிய வெளிச்சத்தில் தாவள்யமாகப் பிரகாசித்த கட்டிடங்கள் காணப்பட்டன. சேதம் சிறிதுமில்லாத கோட்டைச் சுவர்கள், கோட்டை வாசல்களின் மேல் விமானங்கள் ஆகியவை மங்கலாகவும் ஆனால் முழு வடிவத்துடனும் கண்முன்னே தோன்றின.

இந்த மாயாஜால மாறுதல் எல்லாம் சில விநாடி நேரத்துக்குள்ளேயே ஒன்றன்பின் ஒன்றாக நிகழ்ந்து குமாரலிங்கத்தைத் திக்குமுக்காடச் செய்தன. அதே சமயத்தில் அரண்மனை ஆசார வாசலில் நாதஸ்வரம் வாசிக்கும் இனிய ஓசையும் கோட்டை வாசலில் நகரா முழங்கும் சத்தமும் கேட்டன.

நல்ல அந்தகாரத்தில் பளிச்சென்று மின்னும் மின்னலில் விஸ்தாரமான பூப்பிரதேசத்தின் தோற்றம் கண்ணுக்குப் புலனாவது போல், அந்தப் பழைய கோட்டையின் அதிசயமான வரலாறு முழுவதும் குமாரலிங்கத்துக்கு ஞாபகம் வந்தது. ஏறக்குறைய இதே மாதிரி சந்தர்ப்பத்தில் முன்னொரு தடவை இந்தக் கோட்டைக்குள்ளே தான் பிரவேசித்தது முற்றிலும் உண்மை; அதில் சிறிதும் சந்தேகமேயில்லை.

இன்றைக்கு ஏறக்குறைய நூறு வருஷத்துக்கு முன்னால் தென்பாண்டி நாட்டில் மேற்கு மலைத்தொடருக்கருகில் இரண்டு பெரிய பாளையப்பட்டு வம்சங்கள் பிரசித்திப் பெற்று விளங்கின. ஒவ்வொரு வம்சத்தின் ஆளுகையிலும் சுமார் 300 கிராமங்கள் உண்டு. மறவர் வகுப்பைச் சேர்ந்தவர்களாகிய பழந்தமிழ்க் குடிகளாகிய இரண்டு பாளையக்காரர்களும் பூரண சுதந்திரத்துடன்

சிற்றரசர்களாக ஆட்சி செலுத்தி வந்தார்கள். கீழே குடிபடைகள் அவர்களுக்கு அடங்கி நடந்தார்கள்.

அவர்கள் மீது அதிகாரம் செலுத்துவதற்கோ, கப்பம் கேட்பதற்கோ உரிய பெரிய அரசாங்கம் எதுவும் கிடையாது. அப்படி யாராவது கப்பம் கேட்க வந்தால் அவர்களை எதிர்த்துப் போரிடும் வீரமும், போர் வீரர்களும் அவர்களிடம் இருந்தார்கள். சோலை மலையிலும், மாறனேந்தலிலும் நீடித்த முற்றுகையைச் சமாளிக்கக்கூடிய பெரிய கோட்டை கொத்தளங்கள் இருந்தன.

அக்காலத்திலேதான் 'கும்பெனி'யாரின் ஆட்சி பாரத நாடெங்கும் பரவிக்கொண்டு வந்தது. பண்டம் விற்கவும், பண்டம் வாங்கவும் வந்த வெள்ளைக்கார வியாபாரிகள் முதலில் தங்கள் சொத்துக்களைப் பாதுகாத்துக் கொள்வதற்காக வீரர்களைச் சேர்த்துப் படை திரட்டினார்கள்.

பிறகு, அந்தப் படைகளைக் கொண்டு நாடு பிடித்து அரசாளத் தொடங்கினார்கள். அரசாட்சியெல்லாம் ஈஸ்ட் இந்தியா கம்பெனியின் பெயரிலேயே நடந்தது. வியாபாரத்துக்காக வந்தவர்கள் அரசாங்கம் நடத்தத் தொடங்கினால் அதன் இலட்சணம் எப்படியிருக்கும் என்று சொல்ல வேண்டியதில்லை. எந்தெந்த முறையில் பொருள் திரட்டலாமோ, எவ்வளவு சீக்கிரத்தில் திரட்டலாமோ, அதுதான் கும்பெனி அரசாங்கத்தின் முக்கிய நோக்கமாயிருந்தது.

நாட்டின் அரசாட்சி கையிலே இருந்தால், வியாபாரம் நன்றாய் நடக்கிறது என்றும், லாபம் ஒன்றுக்கு நாலு மடங்காகக் கிடைக்கிறது என்றும் கண்ட பிறகு, மேலும் மேலும் இராஜ்யத்தை விஸ்தரிக்கத் தொடங்கினார்கள்.

சண்டையும் உயிர்ச்சேதமும் இல்லாமல் சமாதான பேத உபாயங்களினால் சில பிரதேசங்களைத் தங்கள் ஆட்சியின் கீழ்க் கொண்டுவந்தார்கள். உடுத்திக்கொள்ள ஸூட்டும் பூட்ஸும் வேட்டையாடத் துப்பாக்கியும் அழகு பார்க்க நிலைக் கண்ணாடியும், க்ஷவரக் கத்தியும் கொடுத்து சில மகாராஜாக்களைத் தங்கள் வசத்தில் கொண்டு வந்தார்கள்.

அந்தந்தப் பாளையக்காரர்களுக்கு விரோதி யாரென்று தெரிந்துகொண்டு, விரோதிகளைப் பூண்டோடு அழித்துவிடுவதாக வாக்குறுதி கொடுத்துச் சிலரைத் தங்கள் மேலதிகாரத்தை ஒப்புக் கொள்ளச் செய்தார்கள்.

இந்தியர்களின் பரம்பரைக் குலதர்மமான விருந்தோம்பல் குணத்தை உபயோகப்படுத்திக்கொண்டு சில சிற்றரசர்களையும் ஜமீந்தார்களையும் பிரிட்டிஷ் கும்பெனி ஆட்சியின் அத்தியந்த சிநேகிதர்களாக்கிக் கொண்டார்கள். இந்த வருஷம் சிநேகிதர்களாய் இருந்தவர்களை அடுத்த வருஷம் அடிமைகளாக்கிக் கொண்டார்கள்.

இப்படியெல்லாம் நடந்துகொண்டிருந்த காலத்தில், சோலைமலைக் கோட்டையின் புராதன சிங்காதனத்தில் வீற்றிருந்த செங்கோல் செலுத்தி வந்த மகாராஜாதி ராஜ வீர ராமலிங்க குலோத்துங்க ருத்திரத் தேவர் பிரிட்டிஷ் கும்பெனியாரின் அத்தியந்த சிநேகிதர் ஆனார். கப்பல் ஏறிக் கடல் கடந்து வியாபாரம் செய்ய வந்த வெள்ளைக்காரச் சாதியாரின் அதி அற்புத சாமர்த்தியங்களைப் பற்றி ஏற்கெனவே சோலைமலை மகாராஜா ரொம்பவும் கேள்விப்பட்டிருந்தார்.

எனவே, ஆங்கிலேயன் ஒருவன் துப்பாக்கிகள் தோட்டாக்கள் சகிதமாகச் சோலைமலைக்கு வந்து, மகாராஜாவுக்குப் பெரிய ஸலாம் ஒன்று போட்டுச் சோலைமலைக் கோட்டையை அடுத்த காடுகளில் வேட்டையாட விரும்புவதாகத் தெரிவித்ததும், மகாராஜாவின் ஆனந்தம் அளவு கடந்ததாயிற்று.

வேட்டைக்குக் கிளம்பிப் போனார். ஆங்கிலேயன் அவருக்குத் துப்பாக்கியை உபயோகிக்கக் கற்றுக் கொடுத்தான். இம்மாதிரி ஆரம்பமான சிநேகிதம் சீக்கிரத்தில் நெருங்கிய அத்தியந்த நட்பாக முதிர்ந்தது.

சீமையிலிருந்து மேற்படி ஆங்கிலேயன் கொண்டுவந்திருந்த இனிப்பும் போதையும் கொண்ட சாராய வகைகள் அவர்களுடைய நட்பு முதிர்வதற்கு ரொம்பவும் துணை செய்தன. சில நாளைக்குள்ளே அந்த ஆங்கிலேயனுடைய சிநேகிதர்கள் சிலரும் சோலைமலைக் காடுகளில் வேட்டையாடுவதற்கு வந்து சேர்ந்தார்கள்.

4

வன்மம் வளர்ந்தது!

சோலைமலை சமஸ்தானத்துக்கு ஆங்கிலேயர்கள் வந்து சேர்ந்த சமயம், சோலைமலை மகாராஜாவுக்கும் அந்தச் சமஸ்தானத்தை

அடுத்திருந்த மாறனேந்தல் மகாராஜாவுக்கும் கொஞ்சம் மனத்தாங்கள் ஏற்பட்டிருந்தது.

எல்லைத் தகராறு காரணமாக ஏற்பட்ட மனத்தாங்கல்தான். மேற்படி தகராறில் இரண்டு மூன்று தடவை சோலைமலை வீரர்களை மாறனேந்தல் வீரர்கள் முறியடித்துத் துரத்தியடித்து விட்டார்கள். இதற்கு முக்கியக் காரணம் மாறேனந்தல் மகாராஜாவின் மூத்த புதல்வனான யுவமகாராஜா உலகநாத சுந்தரபாண்டியத் தேவனின் துடுக்கும் அகம்பாவமுந்தான் என்று தெரிய வந்தது.

சோலைமலை மகாராஜா தம்முடைய ஏக புதல்வியான பரிமள மாணிக்கவல்லி தேவியை மாறனேந்தல் இளவரசனுக்குக் கல்யாணம் செய்விக்கலாம் என்று ஒரு காலத்தில் எண்ணியிருந்ததுண்டு. மாறனேந்தல் வம்சம் அந்தஸ்திலும் பூர்வீகத்திலும் சோலைமலை வம்சத்துக்குக் கொஞ்சம் தாழ்ந்ததாயிருந்தபோதிலும், பக்கத்துச் சமஸ்தானமாயிருப்பதால் தம் உயிருக்குயிரான அருமைப் புதல்வியை அடிக்கடிப் பார்ப்பதற்கு வசதியாயிருக்கும் என்ற அந்தரங்க ஆசையினால் மேற்கண்ட யோசனை அவர் மனத்தில் உதித்தது.

ஆனால், அந்த எண்ணமெல்லாம் இப்போது அடியோடு மாறிவிட்டது. தன் அருமை மகள் வாழ்நாள் எல்லாம் கன்னிகையாகவே இருக்க நேர்ந்து, சோலைமலை சமஸ்தானம் சந்ததியின்றி அழிந்துபோனாலும் சரி, மாறனேந்தல் இளவரசனுக்கு அவளை மணம் செய்து கொடுப்பதில்லையென்று தீர்மானித்தார்.

தம்மை அவமதித்த மாறனேந்தல் மகாராஜாவையும் அவருடைய மகனையும் பழிக்குப் பழி வாங்கி அந்த வம்சத்தையே பூண்டோடு அழித்துவிட வேண்டும் என்ற வன்மம் அவர் மனத்தில் தோன்றி வைரம் பாய்ந்து நாளுக்கு நாள் வளர்ந்துகொண்டே வந்தது.

மாறனேந்தல் சமஸ்தானத்தைப் பற்றிச் சோலைமலை மகாராஜாவின் மனோநிலையைத் தெரிந்துகொண்ட அவருடைய வெள்ளைக்காரச் சிநேகிதர்கள் கொஞ்சங்கொஞ்சமாக அந்த வன்மத்துக்குத் தூபம் போட்டு வளர்த்தார்கள். மாறனேந்தலைப் பழிதீர்க்கத் தங்களுடைய உதவியை அளிக்கவும் முன்வந்தார்கள். இதன்பேரில் சோலைமலை மகாராஜாவுக்கும் கும்பெனியாருக்கும் சிநேக உடன்படிக்கை ஏற்பட்டது.

ஒருவருடைய சிநேகிதர்களும் பகைவர்களும் மற்றவருக்கும் சிநேகிதர்கள் - பகைவர்கள் என்றும், யுத்தம் நேர்ந்தால் ஒருவருக்கொருவர் சகாயம் செய்துகொள்ள வேண்டும் என்றும்,

முக்கியமாக மாறனேந்தல் வம்சத்தின் கொட்டத்தை அடக்கச் சோலைமலை மகாராஜாவுக்குக் கும்பெனியார் உதவி செய்வார்கள் என்றும் உடன்படிக்கையில் கண்டிருந்தது. அதற்குப் பதிலாகச் சோலைமலை சமஸ்தானத்தில் கும்பெனியாருக்குச் சிற்சில விசேஷ உரிமைகளும் சலுகைகளும் அளிக்கப்பட்டன.

இந்தச் செய்திகள் எல்லாம் மாறனேந்தல் யுவராஜ உலகநாதத் தேவனுக்குத் தெரிய வந்தபோது, அந்த இளங்காளையின் அகம்பாவமும் வாய்த்துடுக்கும் பன்மடங்கு அதிகமாயின.

சோலைமலை ராஜாவைப் பற்றி அவன் நாலுபேர் முன்னிலையில் பகிரங்கமாக அவதூறு சொல்லவும் பரிகாசமாய்ப் பேசவும் ஆரம்பித்தான். சோலைமலை ராஜாவின் மூளை கலங்கிவிட்டது என்றும், அரண்மனைக் கோயிலில் இருந்த அம்மன் விக்கிரகத்தை அப்புறப்படுத்திவிட்டு அங்கே விக்டோரியா மகாராணியின் படத்தை வைத்துத் தினம் மூன்று தடவை பூசை செய்கிறார் என்றும், வெள்ளைக்காரனைக் கண்டால் உடனே விழுந்து கும்பிடுகிறார் என்றும் வெள்ளைக்காரனைப் பார்த்துக் குரைத்த குற்றத்துக்காக அவருடைய அரண்மனையில் இருந்த வேட்டை நாய்கள் எல்லாவற்றையும் சுட்டுக் கொன்றுவிட்டார் என்றும், லண்டனில் தெருக்கூட்டிக் கொண்டிருந்த வெள்ளைக்காரத் தோட்டியின் மகனுக்குச் சோலைமலை இளவரசியைக் கலியாணம் செய்து கொடுக்கப் போகிறார் என்றும், அர்த்த ராத்திரியில் திடீரென்று தூக்கத்திலிருந்து எழுந்து உட்கார்ந்து மேற்குத் திசையை நோக்கிப் 'பளீர் பளீர்' என்று கன்னத்தில் போட்டுக்கொள்கிறார் என்றும் இப்படியெல்லாம் மாறனேந்தல் இளவரசன் நாலுபேர் முன்னிலையில் பரிகாசமாகப் பேசிச் சிரித்த செய்திகள் காற்றிலே மிதந்து வந்து சோலைமலை மகாராஜாவின் காதிலே ஈயத்தைக் காய்ச்சி ஊற்றுவதுபோல் பாய்ந்தன.

மேற்படி செய்திகளினால் எல்லாம் மகாராஜா வீரராமலிங்கத் தேவருக்குத் தம்முடைய புதிய சிநேகிதர்களான வெள்ளைக்காரத் துரைகள் மீதோ கும்பெனி சர்க்கார் மீதோ கோபம் வரவில்லை. மாறனேந்தல் மகாராஜாவிடமும் யுவராஜாவிடமுந்தான் அளவில்லாத கோபம் பொங்கிப் பெருகிற்று. அவர்களை நினைக்கும்போதெல்லாம் அவர் இரணியகசிபு, இராவணன், சூரபத்மன் முதலான இராட்சஸர்களுடைய சுபாவத்தை அடைந்து அவர்களைக் கண்டதுண்டமாக வெட்டிக் கொன்று தின்றுவிட வேண்டும் என்பதாக அளவுகடந்த வெறிகொள்ளத் தொடங்கினார்.

உரிய காலத்தில் சோலைமலை மகாராஜாவுக்குத் தமது மனோதத்தை நிறைவேற்றிக் கொள்வதற்கான சந்தர்ப்பம் கிடைத்தது. ஏதோ ஒரு வியாஜத்தை வைத்துக்கொண்டு கும்பெனியாரின் படைகள் மாறனேந்தல் கோட்டையைத் தாக்கின. அந்தப் படைகளில் சோலைமலை மகாராஜாவின் வீரர்களும் சேர்ந்து கொண்டிருந்தார்கள் என்று சொல்ல வேண்டியதில்லை.

மாறனேந்தல் வீரர்கள் கோட்டைக்குள்ளேயிருந்து ஒப்பற்ற வீரத்துடனே போர்ப் புரிந்தார்கள். ஆனாலும், கும்பெனிக்காரர்கள் கொண்டுவந்த நெருப்பைக் கக்கும் பீரங்கிகளுக்கு முன்னால் எந்தக் கோட்டைதான் அதிக காலம் தாக்குப்பிடித்து நிற்க முடியும்? எத்தகைய வீரர்கள்தான் எதிர்த்து நிற்க முடியும்?

கோட்டை விழுந்தது! விழுவதற்கு முன்னால் மாறனேந்தல் மகாராஜா தம் மூத்த புதல்வனான இளவரசனைக் கூப்பிட்டு, "குழந்தாய்! இனிமேல் நம்பிக்கைக்கு இடமில்லை. மாறனேந்தல் வம்சம் விளங்குவதற்கு நீ ஒருவனாது பிழைத்திருக்க வேண்டும். கோட்டையின் இரகசிய வழியின் மூலமாகத் தப்பி ஓடிச் சிலகாலம் தலைமறைவாக இருந்துகொள். தக்க சந்தர்ப்பம் பார்த்து அந்தச் சோலைமலை ராட்சதனையும், அவனுக்குத் துணையாக வந்த வெள்ளை மூஞ்சிக் குரங்குகளையும் பழிவாங்கு!" என்று சொல்லி, அவ்விதமே அவனிடம் வாக்குறுதி பெற்று கொண்டார்.

பதிலுக்கு இளவரசன், "அப்பா! நீங்களும் எனக்கு ஒரு வாக்குறுதி தரவேண்டும். நான் கோட்டையிலிருந்து வெளியேறிய பிறகு சண்டையை நிறுத்திவிடுங்கள். வீரப்போர் புரிந்து தோல்வியடைவதில் அவமானம் ஒன்றும் இல்லை. சோலைமலை மகாராஜா எப்படியும் இந்த நாட்டிலே பிறந்து வளர்ந்தவர். பழைய மறவர் பெருங்குடியைச் சேர்ந்தவர். தங்களையும் நம் குடும்பத்தாரையும் அந்நியர்களாகிய வெள்ளைக்காரர்கள் அவமதிப்பாக நடத்துவதற்கு அவர் சம்மதிக்கமாட்டார். நமக்கும் ஒருகாலம் கூடிய சீக்கிரத்தில் வந்தே தீரும். வடதேசத்திலே இந்த வெள்ளை மூஞ்சிகளை நாட்டைவிட்டுத் துரத்துவதற்காக அநேக பெரிய பெரிய மகாராஜாக்களும் நவாப்புகளும் சேர்ந்து யோசனை செய்து வருகிறார்களாம். அவர்களிடம் போய் நானும் சேர்ந்து கொள்ளுகிறேன். பெரிய படை சேர்த்துக்கொண்டு திரும்பி வருகிறேன். அதுவரையில் தாங்கள் பொறுமையுடன் இருக்க வேண்டும்!" என்று கேட்டுக்கொண்டான்.

தந்தை அதற்குச் சரியான பதில் சொல்லாமல், "சமயோசிதம் போல் பார்த்துக்கொள்கிறேன். எங்களைப் பற்றிக் கவலைப்படாதே!

| 20 |

நீ உடனே புறப்படு!" என்றார். வெளிநாட்டிலிருந்து வந்த பகைவர்களாவது தயவுதாட்சண்யம் காட்டுவார்கள். உள்ளூர்ப் பகைவர்களிடம் சிறிதும் கருணையை எதிர்பார்க்க முடியாது என்னும் உண்மையை வயது முதிர்ந்த மாறனேந்தல் மகாராஜா அறிந்திருந்தார். ஆனால், அந்தச் சமயம் அதைப்பற்றித் தம் குமாரனிடம் வாக்குவாதம் செய்ய அவர் விரும்பவில்லை.

மாறனேந்தல் இளவரசன் கோட்டையின் இரகசிய வழியாக அன்றிரவே வெளியேறினான். கோட்டையிலிருந்து இரண்டு காததூரத்தில் இருந்த மேற்கு மலைத்தொடரை அடைந்து அங்குள்ள காடுகளில் சில காலம் ஒளிந்திருக்கலாம் என்ற எண்ணத்துடன் விரைந்து சென்றான்.

ஆனால் பொழுது புலரும் சமயத்தில் எதிர்ப்புறத்திலிருந்து மாறனேந்தல் முற்றுகையில் சேர்ந்துகொள்வதற்காக வந்த கும்பெனிப் படை வீரர்களில் ஒருவன் சாலை ஓரமாக ஒளிந்து சென்ற இளவரசனைப் பார்த்துவிட்டான். யுத்தகால தர்மப்படை, "யாரடா அங்கே போகிறவன்?" என்று கேட்டான். அவனுக்கு மறுமொழி சொல்லாமல் இளவரசன் காட்டிலே புகுந்து ஓடினான். கும்பெனி வீரர்களின் சந்தேகம் அதிகமாயிற்று. படைத் தலைவன் அவனைத் துரத்திப் பிடித்துக்கொண்டு வரும்படி ஆறு வீரர்களை நிறுத்திவிட்டு மற்றவர்களுடன் மேலே சென்றன.

தன்னைத் தொடர்ந்து ஆறு வீரர்கள்தான் வருகிறார்கள் என்பது இளவரசனுக்குத் தெரியாது. தான் மாறனேந்தல் இளவரசன் என்பதாகத் தெரிந்துகொண்டு ஒரு பெரிய படை தன்னைத் தொடர்ந்து வருவதாகவே நினைத்தான். அவர்களிடம் எப்படியும் அகப்படக்கூடாது என்று மனத்தை உறுதி செய்து கொண்டு அடர்ந்த காடுகளில் புகுந்து ஓடினான். கடைசியாக, சோலைமலையின் அடிவாரத்தை அடைந்தான்.

சற்றுதூரத்தில் சோலைமலைக் கோட்டை தென்பட்டது. அதன் சமீபத்தில் போவதற்கே அவனுக்கு இஷ்டமில்லாமலிருந்தாலும், வேறு வழி ஒன்றும் காணவில்லை. அந்தக் கோட்டை மதிலின் ஓரமாகச் சென்று கோட்டையைக் கடந்துபோனால்தான் அப்பால் மலைமேல் ஏறுவதற்குச் சௌகரியமான சரிந்த பாறை இருந்தது. இளவரசன் அப்போது வந்து சேர்ந்திருந்த இடத்தில் பாறை செங்குத்தாகக் கிளம்பியது. சற்று நின்று யோசித்த பிறகு, பின்னால் சமீபத்தில் கேட்ட காலடிச் சத்தத்தினால் உந்தப்பட்டவனாய், இளவரசன் மேலும் விரைந்தான்.

அவனுடைய கால்கள் கெஞ்சின; தலை சுழன்றது; கண்கள் இருண்டு வந்தன. கோட்டை மதிலை அடுத்திருந்த குறுகலான வழியில் அவன் போய்க்கொண்டிருந்தான். பின்னால் காலடிச் சத்தம் விநாடிக்கு விநாடி நெருங்கி வந்துகொண்டிருந்தது.

மேலே ஓர் அடி கூட இனிமேல் நடக்க முடியாது என்று தோன்றியது. ஒரு பக்கம் கோட்டைச் சுவரும் மற்றொரு பக்கம் 'கிடுகிடு' பள்ளமுமாக இருந்த அந்தக் குறுகிய பாதையில் அப்பால் இப்பால் நகர்ந்து தப்புவதற்கு வழியே இல்லை. வேட்டை நாய்களைப் போல் தன்னைத் துரத்திக்கொண்டு வரும் எதிரி வீரர்களிடம் அகப்பட்டுக்கொள்ள வேண்டியதுதான்.

5

அந்தப்புர அடைக்கலம்!

மாறனேந்தல் இளவரசன் அப்போது தான் அடைந்திருந்த நெருக்கடியான நிலைமையை நன்கு உணர்ந்தான். தன்னைத் துரத்திக்கொண்டு வந்த எதிரிகளிடம் அவ்வளவு எளிதாக அகப்பட்டுக் கொள்வதைக் காட்டிலும் அந்தக் குறுகிய பாதையில் அவர்களை எதிர்த்து நின்று, ஒருவனுக்கொருவனாகப் போரிட்டு, தேசத்துரோகிகளில் எவ்வளவு பேரைக் கொல்ல முடியுமோ அவ்வளவு பேரையும் கொன்றுவிட்டுத் தானும் உயிரை விடுவது மேல் அல்லவா?

இவ்விதம் சிந்தித்துக்கொண்டே பாதையின் ஒரு முடுக்கில் திரும்பியபோது, எதிரில் அவன் கண்ட தோற்றம் அதிசயமான எண்ணம் ஒன்றை அவனுக்கு அளித்தது.

பாதைக்கு அருகில் நெடிதோங்கி வளர்ந்திருந்த ஒரு மரம் எந்தக் காரணத்தினாலோ அடிவேர் பெயர்ந்து கோட்டை மதிலின் பக்கமாகச் சாய்ந்திருந்தது. இரண்டொரு தினங்களுக்குள்ளேதான் அந்தப் பெரிய மரம் அப்படிச் சாய்ந்திருக்க வேண்டும். அந்த மரத்திலே ஏறி உச்சாணிக் கிளையை அடைந்தால், அங்கிருந்து சுலபமாக மதில் சுவரின்மேல் குதிக்கலாம்.

பிறகு மதில் சுவரிலிருந்து கோட்டைக்குள்ளே குதிப்பதில் கஷ்டம் ஒன்றுமிராது. ஏன் அப்படிச் செய்யக்கூடாது? தன்னைத் துரத்தி வந்தவர்களிடமிருந்து தப்புவதற்காக ஏன் சோலைமலைக்

கோட்டைக்குள்ளேயே பிரவேசித்து அபாயம் நீங்கும் வரையில் அங்கு ஒளிந்திருக்கக் கூடாது?

சோலைமலை மகாராஜா அச்சமயம் மாறனேந்தல் கோட்டை வாசலில் எப்போது கோட்டை விழும் என்று காத்துக் கிடக்கிறார். ஆகையால் இங்கே கட்டுக்காவல் அதிகமாக இருக்க முடியாது. தற்சமயம் பத்திரமாக ஒளிந்துகொண்டிருப்பதற்கு இதுதான் சரியான இடம். கோட்டைக்குள்ளே யாரும் தேடமாட்டார்கள். கோட்டைக்குள் புகுவதற்கு வேண்டிய துணிச்சல் தன்னைத் தொடர்ந்து வரும் எதிரி வீரர்களுக்கு ஒருநாளும் இராது.

இன்றைக்கு ஒரு பகல் அங்கே ஒளிந்திருந்து இளைப்பாறினால் இரவு இருட்டியதும் வந்த வழி மூலமாகவே வெளியேறி மலையைக் கடந்து அப்பாலுள்ள பள்ளத்தாக்கை அடைந்துவிடலாம். இப்படி எண்ணியபோது, பக்கத்துக் கிராமத்திலிருந்து, 'கொக்கரக்கோ' என்று கோழி கூவும் சத்தம் கேட்டது.

தன் மனத்தில் தோன்றிய யோசனையை ஆமோதிக்கும் நல்ல சகுனமாகவே இளவரசன் அதைக் கருதினான். அந்த க்ஷணமே, சாய்ந்திருந்த மரத்தின் மேல் 'சரசர'வென்று ஏறினான். மரத்திலிருந்த பட்சிகள் ஏதோ மரநாயோ வேறு கொடிய மிருகமோ ஏறுகிறது என்று எண்ணிக்கொண்டு சிறகுகளை அடித்துக்கொண்டும் 'கீச்சுக் கீச்சு' என்று கத்திக்கொண்டும் பறந்தும் ஓடின.

அதையெல்லாம் பொருட்படுத்தாமல் இளவரசன் மரத்தின் உச்சியை அடைந்து மதிலின் மேல் குதித்தான். மதில் மேலிருந்து அவன் கோட்டைக்குள்ளே இறங்குவதற்கு அதிக நேரம் ஆகவில்லை. கோட்டைக்குள் இளவரசன் குதித்து இறங்கிய இடம் அழகான உத்தியான வனமாயிருந்தது.

உதய நேரத்தில் இதழ் விரிந்து மலரும் பலவகைப் புஷ்பங்களின் நறுமணம் 'கம்'மென்று வந்துகொண்டிருந்தது. ஆனால், அதையெல்லாம் அனுபவிக்ககூடிய மனநிலை அச்சமயம் உலகநாதத்தேவனுக்கு இருக்கவில்லை. உடனே எங்கேயாவது சிறிது நேரம் படுத்தால் போதும் என்று தோன்றியது. உத்தியான வனத்துக்கு நடுவில் வஸந்த மண்டபமும் அதற்குச் சிறிது தூரத்திற்கப்பால் அரண்மனையின் ஒரு பகுதியும் தெரிந்தன. ஜனநடமாட்டமே இல்லாமல் எங்கும் நிசப்தமாக இருந்தது. இளவரசனுடைய களைப்புற்ற கால்கள் அவனை வஸந்த மண்டபத்தை நோக்கி இழுத்துச் சென்றன.

மண்டபத்தை நெருங்கியதும் அவனுக்கு எதிரே தோன்றிய காட்சியினால் இளவரசனுடைய மூச்சு சிறிது நேரம் நின்றுபோயிற்று. மண்டபத்தின் பின்புறத்து முனையிலே பெண் ஒருத்தி மெதுவாக வந்துகொண்டிருந்தாள். கையில் அவள் புஷ்பக் கூடை வைத்திருந்தாள்.

ஸ்திரீ சௌந்திரையத்தைப் பற்றி மாறனேந்தல் இளவரசன் எத்தனையோ கவிகளிலும் காவியங்களிலும் படித்திருந்தான். ஆனால், இந்த மாதிரி அற்புத அழகை அதுவரையில் அவன் கற்பனையும் செய்ததில்லை. சௌந்தரிய தேவதையே மானிடப் பெண் உருவம் கொண்டு அவன் முன்னால் வருவதுபோல் தோன்றியது. அந்தப் பெண்ணோ தன்னுடைய அகன்ற விசாலமான நயனங்களை இன்னும் அகலமாக விரியச் செய்துகொண்டு அளவில்லா அதிசயத்துடன் மாறனேந்தல் இளவரசனைப் பார்த்தாள்.

சிறிது நேரம் இப்படி ஒருவரையொருவர் பார்த்துக்கொண்டு ஊமைகளாக நின்ற பிறகு இளவரசன் துணிச்சலை வருவித்துக்கொண்டு, "நீ யார்?" என்றான்.

வீர மறவர் குலத்திலே பிறந்த மாணிக்கவல்லிக்கு அப்போது ரோஷம் பிறந்தது. பேசும் தைரியமும் வந்தது. "நீ யார் என்றா கேட்கிறாய்? அந்தக் கேள்வியை நானல்லவா கேட்கவேண்டும்? நீ யார்? கோட்டைக்குள் எப்படிப் புகுந்தாய்? அந்தப்புரத்து நந்தவனத்துக்குள் என்ன தைரியத்தினால் வந்தாய்?" என்று இராமபாணங்களைப் போன்ற கேள்விகளைத் தொடுத்தாள்.

உலகநாதத்தேவன் அசந்து போய்விட்டான். அவள் சோலைமலை இளவரசியாகத்தான் இருக்கவேண்டும். வேறு யாரும் இவ்வளவு அதிகாரத் தோரணையுடன் பேசமுடியாதென்று எண்ணினான். அவளுடைய கேள்விகளுக்கு மறுமொழியாக ஏதாவது சொல்லவேண்டுமென்று ஆன மட்டும் முயன்றும் ஒரு வார்த்தைகூட அவனால் சொல்ல முடியவில்லை.

"ஏன் இப்படி விழித்துக்கொண்டு நிற்கிறாய்? அரண்மனையில் மகாராஜா இல்லாத சமயம் பார்த்து எதையாவது திருடிக்கொண்டு போகலாம் என்று வந்தாயா? இதோ காவற்காரர்களை கூப்பிடுகிறேன் பார். வேட்டை நாயையும் கொண்டுவரச் சொல்லுகிறேன்..."

இவ்வாறு இளவரசி சொல்லிக்கொண்டிருந்த போது, கோட்டை மதிலுக்கு அப்பால் சிலர் இரைந்து பேசிக்கொண்டு விரைவாக நடந்து செல்லும் சத்தம் கேட்டது.

அந்தச் சத்தத்தை மாணிக்கவல்லி காது கொடுத்துக் கவனமாகக் கேட்டாள். பின்னர், தனக்கு எதிரில் நின்ற வாலிபனை உற்றுப்

பார்த்தாள். அவன் முகத்திலே தோன்றிய பீதியின் அறிகுறியையும் கவனித்தாள். அவளுடைய பெண் உள்ளம் சிறிது இரக்கம் அடைந்தது.

கோட்டை மதிலுக்கு வெளியில் பேச்சு சத்தம் கேட்டவரையில் அதையே கவனித்துக்கொண்டிருந்த மாறனேந்தல் இளவரசன், அந்தச் சத்தம் ஒடுங்கி மறைந்ததும் மாணிக்கவல்லியைப் பார்த்து, "அம்மணீ! ஏதோ தெரியாத்தனமாகத்தான் இங்கே வந்துவிட்டேன். ஆனால், திருடுவதற்கு வரவில்லை. உங்கள் வீட்டில் திருடி எனக்கு ஒன்றும் ஆகவேண்டியதில்லை!" என்றான்.

மீண்டும் மாணிக்கவல்லியின் ஆங்காரம் அதிகமாயிற்று. "ஓகோ! திருடுவதற்கு வரவில்லையா? அப்படியானால் எதற்காக வந்தாயாம்? இதோ பார்!..." என்று சொல்லிவிட்டு மறுபக்கம் திரும்பி, "சங்கிலித் தேவா!" என்று கூப்பிட்டாள்.

அப்போது இளவரசன் ஒரு நொடியில் அவள் அருகில் பாய்ந்து வந்து பலவந்தமாக அவளுடைய வாயைத் தன் கைகளினால் மூடினான்.

எதிர்பாராத இந்தக் காரியத்தினால் திகைத்துச் சிறிது நேரம் செயலற்று நின்ற இளவரசி சுயநினைவு வந்ததும் சட்டென்று அவனுடைய கைகளை அப்புறப்படுத்திவிட்டுக் கொஞ்சதூரம் அப்பால் போய் நின்றாள். அவனைப் பார்வையினாலேயே எரித்து விடுபவள் போல் ஏறிட்டுப் பார்த்து, "என்ன துணிச்சல் உனக்கு?" என்று கேட்டாள். கோபத்தினாலும் ஆங்காரத்தினாலும் அவளுடைய உடல் நடுங்கியதுபோல் குரலும் நடுங்கியது.

உலகநாதத்தேவன் தான் பதற்றப்பட்டுச் செய்த காரியம் எவ்வளவு அடாதது என்பதை உணர்ந்திருந்தான். எனவே, முன்னைக் காட்டிலும் பணிவுடன் இரக்கம் ததும்பிய குரலில், "அம்மணி! உன்னை மன்றாடிக் கேட்டுக்கொள்கிறேன். மன்னிக்க வேண்டும். என்னைத் தொடர்ந்து வரும் எதிரிகளிடம் அகப்படாமல் தப்புவதற்காக இங்கே வந்தேன். என்னை அவர்களிடம் காட்டிக் கொடுத்துவிடாதே! அடைக்கலம் என்று வந்தவர்களைக் காட்டிக் கொடுப்பது தர்மமா? சோலைமலை இராஜகுமாரிக்கு அழகாகுமா?" என்றான்.

இந்த வார்த்தைகள் மாணிக்கவல்லியின் உள்ளக் கடலில் பெருங்கொந்தளிப்பை உண்டாக்கின. ஒரு பக்கம் ஆங்காரமும் இன்னொரு பக்கம் ஆனந்தமும் பொங்கி வந்தன.

"ஆகா? என்னை இன்னார் என்று தெரிந்துமா இப்படிச் செய்தாய்? உன்னை என்ன செய்கிறேன், பார்!" என்று அவள் கொதிப்புடன் கூறினாள் என்றாலும், குரலில் முன்னைப்போல் அவ்வளவு கடுமை தொனிக்கவில்லை.

"நீ என்னை என்ன செய்தாலும் சரிதான், உன் கையால் பெறுகிற தண்டனையைப் பெரிய பாக்கியமாகக் கருதுவேன்! ஆனால், என் பகைவர்களிடம் மட்டும் என்னைக் காட்டிக் கொடுக்க வேண்டாம். அப்படிச் செய்தால் அப்புறம் உன் ஆயுள் உள்ளவரைக்கும் வருத்தப்படுவாய்!" என்றான் இளவரசன்.

மாணிக்கவல்லி மேலும் சாந்தமடைந்து, "இவ்வளவெல்லாம் கருப்பங்கட்டியைப் போல் இனிக்க இனிக்கப் பேசுகிறாய்; ஆனால் நீ யார் என்று மட்டும் இன்னும் சொல்லவில்லை, பார்!" என்றாள்.

"நான் யாராயிருந்தால் என்ன? தற்சமயம் ஓர் அநாதை; திக்கற்றவன்; சேலை உடுத்திய பெண்ணிடம் வந்து அடைக்கலம் கேட்பவன். இச்சமயம் எனக்கு அடைக்கலம் கொடுத்தால் என்றென்றைக்கும் நன்றி மறவாமல் உன்னை நினைத்துக் கொண்டிருப்பேன்."

"மாறனேந்தல் மகாராஜாவின் மகனாகப் பிறந்துவிட்டு இப்படியெல்லாம் கெஞ்சுவதற்கு வெட்கமாயில்லையா?" என்று மாணிக்கவல்லி கேட்டபோது மாறனேந்தல் இளவரசனுக்குத் தூக்கிவாரிப் போட்டது என்றால், அது மிகவும் குறைத்துச் சொன்னதேயாகும்.

சிறிது நேரம் திறந்த வாய் மூடாமல் நின்ற பிறகு, பெரு முயற்சி செய்து, "என்னை எப்படி உனக்குத் தெரியும்?" என்று கேட்டான்.

"ஏன் தெரியாது? நன்றாகத் தெரியும். உன்னைப் போன்ற படம் ஒன்று எங்கள் அரண்மனையில் இருந்தது."

"இருந்தது என்றால், இப்போது இல்லையா?"

"இப்போது இல்லை. ஆறு மாதத்துக்கு முன் ஒருநாள் அதை அப்பா சுக்கு நூறாகக் கிழித்துப் போட்டுக் காலால் மிதி மிதி என்று மிதித்தார். 'ஏன் இப்படிச் செய்கிறீர்கள்?' என்று நான் கேட்டேன். அதற்குப் பதிலாக, மாறனேந்தல் இளவரசனாகிய நீ ஒருநாள் அவர் கையில் சிக்கிக் கொள்வாய் என்றும், அப்போது பன்னிரண்டு வேட்டை நாய்களை உன்மேல் சேர்ந்தாற்போல் ஏவிவிடப் போவதாகவும் அவர் சொன்னார்."

இதைக்கேட்ட இளவரசனுக்கு உடம்பெல்லாம் சிலிர்த்தது. "அம்மம்மா! எவ்வளவு கொடுமையான மனிதர்!" என்றான்.

"அப்பா ஒன்றும் கொடுமையான மனிதர் அல்ல. நீ மட்டும் அவரைப் பற்றி அப்படியெல்லாம் பரிகாசம் செய்து பேசலாமா? அதை நினைத்துப் பார்த்தால் எனக்கே உன் பேரில் பன்னிரண்டு வேட்டை நாய்களை ஏவி விடலாம் என்று தோன்றுகிறது!"

"அம்மணி! உன் தகப்பனாரைப் பற்றி நான் சில சமயம் பரிகாசமாகப் பேசியது உண்மைதான். ஆனால், அதெல்லாம் அவர் அந்நியர்களாகிய வெள்ளைக்காரர்களுக்கு இடங்கொடுத்துத் தேசத்தைக் காட்டிக் கொடுக்கிறாரே என்ற வருத்தத்தினாலேதான். அவர் மட்டும் வெள்ளைக்காரர்களை சோலைமலை சமஸ்தானத்திலிருந்து விரட்டி அடித்துவிட்டு முன்போல் சுதந்திரமாய் இருக்கட்டும், நான் அவருடைய காலில் விழுந்து அவரைப் பற்றிக் கேலி பேசியதற்கெல்லாம் ஆயிரந்தடவை மன்னிப்புக் கேட்டுக் கொள்கிறேன்."

"வெள்ளைக் காரர்கள் மீது உனக்கு ஏன் இவ்வளவு ஆத்திரம்? உன்னை என்ன செய்தார்கள்? வெள்ளைக்காரச் சாதியார் எவ்வளவு நல்லவர்கள் என்றும், கெட்டிக்காரர்கள் என்றும் அப்பா சொல்லுகிறார்! நான்கூட அவர்களை நாலைந்து தடவை பார்த்திருக்கிறேன். ரொம்ப நல்லவர்களாய்த்தான் தோன்றினார்கள்."

"எவ்வளவுதான் நல்லவர்களாயிருக்கட்டுமே? அதற்காக நம் தேசத்தையும் ஜனங்களையும் அந்நியர்களிடம் ஒப்படைத்து அவர்களுக்கு அடிமையாகிவிடுவதா? வெள்ளைகாரர்கள் நல்லவர்களாக இருப்பதெல்லாம் வெறும் நடிப்பு. இந்தத் தேசம் முழுவதையும் கைப்பற்றி அரசாண்டு இங்கேயுள்ள பணத்தையெல்லாம் கொண்டுபோக வேண்டும் என்பதுதான் அவர்களுடைய எண்ணம். அதற்காக முதலில் நல்லவர்கள் போல நடிக்கிறார்கள். போகப்போக அவர்களுடைய உண்மைச் சொரூபத்தைக் காட்டுவார்கள். நீ வேண்டுமானால் பார்த்துக்கொண்டே இரு. மாறனேந்தல் இராஜ்யத்தைக் கைப்பற்றியதும் கொஞ்ச நாளைக்கெல்லாம் ஏதாவது ஒரு காரணத்தை வைத்துக்கொண்டு சோலைமலை இராஜ்யத்தையும் கைப்பற்றுகிறார்களா இல்லையா என்று நீயே பார்!"

"இவ்வளவெல்லாம் பேசுகிறாயே, மாறனேந்தல் கோட்டையில் பெரிய சண்டை நடக்கும்போது நீ ஏன் இங்கே வந்து ஒளிந்து கொண்டிருக்கிறாய்! சண்டைக்குப் பயந்து கொண்டுதானே? மறவர்

குலத்தில் பிறந்த வீரன் இப்படிச் சண்டைக்குப் பயந்துகொண்டு ஓடலாமா?"

"அம்மணி! நீ சொல்வது உண்மைதான். ஆனால் என்னுடைய சொந்த விருப்பத்தினால் நான் ஓடிவரவில்லை. சண்டைக்குப் பயந்துகொண்டும் ஓடிவரவில்லை. என் தந்தையின் விருப்பத்தைத் தட்ட முடியாமல் வெளியேறி வந்தேன். உனக்கும் எனக்கும், உன்னுடைய வம்சத்துக்கும், என்னுடைய வம்சத்துக்கும், இந்தப் பாரத தேசத்துக்குமே விரோதிகளான அந்நியர்களை எப்படியாவது விரட்டுவதற்கே வழி தேடுவதற்காகவே வந்தேன். அதற்காகத்தான் உன்னிடம் அடைக்கலம் கேட்கிறேன். அதற்காகவே எதிரிகளிடம் என்னைக் காட்டிக்கொடுக்க வேண்டாம் என்று உன்னைக் கெஞ்சிக் கேட்டுக்கொள்கிறேன்!" என்று மாறனேந்தல் இளவரசன் உணர்ச்சித் ததும்பப் பேசினான்.

அவனுடைய வார்த்தைகள் மாணிக்கவல்லியின் மனத்தைப் பெரிதும் கனியச் செய்து அவளுடைய கண்களில் கண்ணீர்த் துளிகளையும் வருவித்தன. ஆயினும் அதை அவள் ஒப்புக்கொள்ள விரும்பவில்லை.

"உங்களுடைய விவகாரம் எல்லாம் எனக்குத் தெரியாது. பார்க்கப்போனால் நான் அந்தப்புரத்தில் அடைபட்டுக் கிடக்கும் பெண்தானே? இந்தக் கோட்டையின் மதிலுக்கு அப்பால் நான் சென்றதே இல்லை. அரண்மனை உப்பரிகையிலிருந்து பார்த்தால் தெரியும் மலையையும் காடுகளையும் தவிர வேறு எதையும் நான் பார்த்ததே இல்லை. தேசம், இராஜ்யம், சுதந்திரம், அடிமைத்தனம் என்பதையெல்லாம் நான் என்ன கண்டேன்? உன் தகப்பனாருடைய வார்த்தை உனக்கு எப்படிப் பெரிதோ அப்படியே என் தகப்பனாரின் விருப்பம் எனக்குப் பெரிது. நியாயமாகப் பார்த்தால் என் தகப்பனாரின் ஜன்ம விரோதியான உன்னை நான் உடனே காவற்காரர்களிடம் பிடித்துக் கொடுத்திருக்க வேண்டும். அதிலும் அந்தப்புரத்து நந்தவனத்துக்குள் வரத் துணிந்த உன்னிடம் துளிக்கூட தாட்சிண்யம் பாராட்டக் கூடாது. ஆனாலும் நீ 'அடைக்கலம்' என்றும் 'காப்பாற்ற வேண்டும்' என்றும் சொல்லுகிறபடியால் உன்னைக் காட்டிக்கொடுக்க எனக்கு மனம் வரவில்லை. உன்னிடம் மேலும் பேசிக்கொண்டு நிற்கவும் எனக்கு இஷ்டம் இல்லை. வந்தவழியாக நீ உடனே புறப்பட்டுப் போய்விடு!"

இவ்விதம் இளவரசி மிகக் கடுமையான குரலில் அதிகாரத் தொனியில் கூறினாள். அவள் அந்தப்புரத்துக்குள் அடைந்து

கிடக்கும் உலகம் அறியாத இளம் பெண்ணான போதிலும், அவளுடைய அறிவையும் பேச்சுத் திறமையையும் கண்டு உலகநாதத் தேவன் அதிசயித்தான். முன்னே பேச்சு நடந்தபடி இத்தகைய பெண்ணரசியை மணந்துகொள்ளும் பாக்கியம் தனக்கு இல்லாமற் போயிற்றே என்ற ஏக்கம் அப்படிப்பட்ட ஆபத்தான சமயத்தில் அவன் மனத்தில் தோன்றியது.

அவன் ஒன்றும் பேசாமல் யோசனையில் ஆழ்ந்திருப்பதைப் பார்த்த இளவரசி, "இப்படியே நின்றுகொண்டிருந்தால் என்ன அர்த்தம்? நீயாகப் போகப்போகிறாயா! இல்லாவிட்டால் காவற்காரர்களையும் வேட்டை நாய்களையும் கூப்பிட்டுத்தான் ஆக வேண்டுமா?" என்று கேட்டாள்.

அவள் சொல்கிறபடி உடனே போய்விடலாம் என்று முதலில் இளவரசன் நினைத்தான். ஆனால், அவனுடைய உடம்பின் களைப்பும் கால்களின் சலிப்பும் தலையின் கிறுகிறுப்பும் அதற்குக் குறுக்கே நின்றன.

முன் எப்போதையும்விட அதிக இரக்கமான குரலில், "அம்மணி! இராத்திரி முழுவதும் கண்விழித்தும் வழி நடந்தும் சொல்ல முடியாத களைப்பை அடைந்திருக்கிறேன். இந்த நிலையில் ஓர் அடிகூட என்னால் எடுத்து வைக்க முடியாது. இச்சமயம் நீ என்னை வெளியே அனுப்புவதும் எதிரிகளிடம் என்னைப் பிடித்துக் கொடுப்பதும் ஒன்றுதான். இந்த நந்தவனத்தில் எங்கேயாவது ஓர் இருண்ட மூலையில் சிறிது நேரம் படுத்துத் தூங்கிவிட்டுப் போகிறேன். என்னால் உனக்கு ஒருவிதத் தொந்தரவும் நேராது. சத்தியமாகச் சொல்லுகிறேன். ஒருவேளை நான் அகப்பட்டுக் கொண்டால் அதன் பலனை அனுபவிக்கிறேன். என்னை நீ பார்த்ததாகவோ பேசியதாகவோ காட்டிக்கொள்ள வேண்டாம். நானும் சொல்லமாட்டேன். உண்மையில், இவ்வளவு அதிகாலை நேரத்தில் நந்தவனத்தில் பூப்பறிக்க நீ வருவாய் என்று யார் நினைக்க முடியும்?"

இளவரசி மாணிக்கவல்லி சிறிது நேரம் சிந்தனையில் ஆழ்ந்து நின்றாள். பரிதாபமான முகத்துடன் கனிந்த குரலில் பேசிய அந்த ராஜகுமாரன் விஷயத்தில் அவள் மனம் பெரிதும் இரக்கம் அடைந்திருந்தது. விதியை வெல்லுவதென்பது யாருக்கும் இயலாத காரியமல்லவா?

"அப்படியானால் நான் சொல்கிறபடி கேள். இந்த வஸந்த மண்டபத்திலேயே படுத்துக்கொண்டு தூங்கு இன்றைக்கு இங்கே

யாரும் வரமாட்டார்கள். வந்தால் என்னுடைய வேலைக்காரிதான் வருவாள். அவள் வராதபடி நான் பார்த்துக்கொள்கிறேன். ஆனால், தூக்கம் விழித்து எழுந்ததும் நீ பாட்டுக்குப் போய்விடக்கூடாது. என்னிடம் சொல்லிக்கொண்டுதான் போகவேண்டும். அபாயம் ஒன்றும் இல்லாத தக்க சமயம் பார்த்து உன்னை நான் அனுப்பி வைக்கிறேன். நான் மறுபடி வரும் வரையில் நீ இங்கேயே இருக்க வேண்டும்" என்று மாணிக்கவல்லி கண்டிப்பான அதிகாரத் தோரணையில் கூறினாள்.

"அப்படியே ஆகட்டும், அம்மணி! ரொம்ப வந்தனம்" என்றான் இளவரசன். அவ்விடத்தைவிட்டு மாணிக்கவல்லி திரும்பித் திரும்பிப் பார்த்துக்கொண்டு சென்று மறைந்ததும், உலகநாதத் தேவன் வஸந்த மண்டபத்தின் ஓரத்தில் கையைத் தலையணையாக வைத்துக்கொண்டு படுத்தான். சிறிது நேரத்துக்கெல்லாம் ஆழ்ந்த நித்திரையின் வசமானான்.

6

'மாலை வருகிறேன்'

நீண்டநேரம் வரையில் மாறனேந்தல் இளவரசன் பிரக்ஞையே இல்லாமல் தூங்கினான். நேரமாக ஆகத் தூக்கத்தில் கனவுகள் தோன்ற ஆரம்பித்தன. சில சமயம் இன்பக் கனவுகள் கண்டபோது, தூங்குகின்ற முகத்தில் புன்னகை மலர்ந்தது. வேறு சில சமயம் பயங்கரமான கனவுகள் தோன்றி அவன் சுந்தர முகத்தை விகாரப்படுத்தின.

கடைசியில் வேட்டை நாய் ஒன்று தன்னுடைய மூக்கைக் கடிப்பதாகக் கனவு கண்டு உலகநாதத்தேவன் உளறி அடித்துக்கொண்டு எழுந்தான்.

பார்த்தால், அவன் எதிரே வேட்டை நாய் எதுவும் இல்லை. சோலைமலை இளவரசிதான் நின்றுகொண்டிருந்தாள். நின்றதோடல்லாமல் முல்லை மொட்டுக்களையொத்த அவளுடைய அழகிய பற்கள் வெளியே தெரியும்படி சத்தமில்லாமல் சிரித்துக் கொண்டும் இருந்தாள்.

சற்று நிதானித்து யோசித்தும் இளவரசனுக்கு தன்னுடைய நிலைமை இன்னதென்று ஞாபகம் வந்தது. இளவரசியின்

தோற்றத்தையும், அவளுடைய கையில் வைத்திருந்த பூச்செடியின் காம்பையும் கவனித்துவிட்டு அவள் அந்தச் செடியின் காம்பினால் தன் மூக்கை நெருடி உறக்கத்திலிருந்து எழுப்பியிருக்க வேண்டுமென்று ஊகித்துக் கொண்டான்.

"ஐயா! கும்பகர்ணன் என்று இராமாயணக் கதையிலே கேட்டிருக்கிறேன். இப்போதுதான் முதன்முதலாக நேரிலே பார்த்தேன். உம்மைப்போல் தூங்குமூஞ்சியை நான் இத்தனை நாளும் கண்டதேயில்லை. எத்தனை நேரம் உம்மை எழுப்புவது? அதுவும் பட்டப்பகலில் இப்படியா தூங்குவார்கள்?" என்றாள் இளவரசி.

"அம்மணி! நேற்று இரவு முப்பது நாழிகை நேரத்தில் ஒரு கண நேரங்கூட நான் கண்ணைக் கொட்டவில்லை. அதை நினைவில் வைத்துக்கொண்டால், என்னை இப்படி நீ ஏசமாட்டாய்! போனால் போகட்டும். எதற்காக என்னை எழுப்பினாய்? ஏதாவது விசேஷம் உண்டா? இப்பொழுதே நான் போய்விட வேண்டுமா? சூரியன் மலை வாயில் விழுந்ததும் கிளம்பலாம் என்று பார்த்தேன்!" என்றான் உலகநாதன்.

"இப்போதே உம்மைப் புறப்படச் சொல்லவில்லை நான். இருட்டிய பிறகு புறப்பட்டாலே போதும். காலையில்கூட ஒன்றும் நீர் சாப்பிடவில்லையே, நேரம் ரொம்ப ஆகிவிட்டதே என்று எழுப்பினேன். உமக்குப் பசிக்கவில்லையா? ஒருவேளை பசியா வரம் வாங்கி வந்திருக்கிறீரோ?" என்றாள் மாணிக்கவல்லி.

அப்போதுதான் உலகநாதத் தேவனுக்குத் தன்னுடைய வயிற்றின் நிலைமை நன்றாக ஞாபகத்துக்கு வந்தது. வயிற்றுக்குள்ளே ஏதோ ஒரு பெரிய பள்ளம் இருப்பது போலவும் அதை மேலும் மேலும் ஆழமாக யாரோ தோண்டி எடுத்துக் கொண்டிருப்பது போலவும் தோன்றியது.

"பசியா வரம் வாங்கிய பாக்கியசாலி அல்ல நான். அசாத்தியமாகப் பசிக்கத்தான் செய்கிறது. தூங்குகிறவனை எழுப்பிப் பசியை நினைவூட்டியதனால் ஆவது என்ன? சாப்பாட்டுக்கு ஏதாவது வழி சொன்னால் அல்லவா தேவலை? இன்னும் சற்றுநேரம் இப்படியே பசிக்கு ஒன்றும் கிடைக்காமலிருந்தால் உன்னையே சாப்பிட்டாலும் சாப்பிட்டுவிடுவேன்! கும்பகர்ணன் அப்படித்தான் தூங்கி எழுந்ததும் மனிதர்களையும் மிருகங்களையும் அப்படியே விழுங்கிப் பசி தீர்த்தானாம். தெரியுமல்லவா?" என்றான் உலகநாதன்.

மாணிக்கவல்லி அதைக்கேட்டு இளநகை புரிந்துகொண்டே, "அப்படியெல்லாம் நீர் செய்ய வேண்டியதில்லை. உமக்குச் சாப்பாடு வந்திருக்கிறது!" என்றாள்.

இளவரசி நோக்கிய திசையை உலகநாதத்தேவனும் நோக்கியபோது, மண்டபத்தின் தூணுக்குப் பக்கத்தில் கூஜாவில் தண்ணீரும் தட்டிலே சாப்பாடும் வைத்திருப்பது தெரிந்தது.

அவ்வளவுதான்; இளவரசன் ஒரு கணத்தில் குதித்து எழுந்து முகத்தையும் கழுவிக்கொண்டு, சாப்பாட்டுத் தட்டைத் தனக்கு அருகில் இழுத்துக்கொண்டான். அதில் இருந்த அரைப்படி அரிசிச்சோறு, கறி வகைகள், அதிரசம் பணியாரம் முதலியவற்றை எல்லாம் அரைக்கால் நாழிகை நேரத்தில் தீர்த்துத் தட்டையும் காலி செய்தான். இடையிடையே தனக்கு இத்தகைய பேருதவி செய்த பெண் தெய்வத்தை நன்றியுடன் பார்த்துக்கொண்டே உணவை விழுங்கினான்.

இளவரசியோ அவன் ஆர்வத்துடன் உணவருந்தும் காட்சியை அடங்காத உற்சாகத்துடன் பார்த்துக்கொண்டிருந்தாள். அந்தக் காட்சியில் அதற்குமுன் என்றும் அறியாத மகிழ்ச்சி அவளுக்கு உண்டாகிக் கொண்டிருந்தது.

மாணிக்கவல்லிக்கு நினைவு தெரிந்த காலம் முதல் இன்று வரையில் அவளுக்கு மற்றவர்கள் பணிவிடை செய்வதுதான் வழக்கமாயிருந்தது. தான் இன்னொருவருக்கு ஏதேனும் உதவி செய்வதில் எத்தகைய இன்பம் இருக்கிறது என்பதை நாளதுவரை அவள் அறிந்ததில்லை. இன்றுதான் முதன்முதலாக அவள் பிறருக்கு தொண்டு புரிந்து அவர்களுடைய கஷ்டத்தைப் போக்குவதில் ஏற்படும் சந்தோஷத்தை அறிந்து அனுபவித்தாள். இந்த உள்ளக்கிளர்ச்சி அவளுடைய முகத்துக்கு ஒரு புதிய சோபையைக் கொடுத்திருந்தது.

இளவரசன் உணவருந்திவிட்டுக் கைகழுவி முடிந்ததும், "போதுமா? இன்னும் ஏதாவது வேண்டுமா?" என்று மாணிக்கவல்லி கேட்டாள்.

"இனிமேல் வேண்டியது உன்னுடைய தயவு ஒன்று மட்டுந்தான். எனக்கு அடைக்கலம் அளித்து உயிரையும் கொடுத்தாயே, உனக்கு என்ன கைம்மாறு செய்யப்போகிறேன்? எந்த விதத்தில் என் நன்றியைச் செலுத்தப்போகிறேன்?" என்றான் உலகநாதன்.

"இவ்விடம் நீர் வந்தது போலவே ஒருவரும் அறியாதபடி திரும்பிப் போய்ச் சேர்ந்தால் அதுதான் எனக்கு நீர் செய்யும் பிரதி உபகாரம்!" என்றாள் மாணிக்கவல்லி.

"அந்த உபகாரம் அவசியம் செய்கிறேன், அம்மணி! என் உடலில் இப்போது தெம்பு இருக்கிறது; இடுப்பிலே கத்தி இருக்கிறது; அப்புறம் சோலைமலை முருகக் கடவுளும் இருக்கிறார்! இப்போதே வேணுமானாலும் கிளம்பி விடுகிறேன்" என்று சொல்லிக்கொண்டு எழுந்தான்.

"வேண்டாம்; இப்போது போனால் யாராவது கவனிப்பார்கள். ஏதாவது தொல்லை ஏற்படலாம். முதலில் சொன்னபடி இருட்டிய உடனே புறப்பட்டால் போதும்!" என்றாள் இளவரசி.

"அப்படியே ஆகட்டும்; இருட்டிய பிறகு ஒரு நொடிப் பொழுதுகூட இங்கே நான் நிற்கமாட்டேன்."

"நான் மறுபடியும் வருவேன் என்று எதிர்பார்த்துக்கொண்டு காத்திருக்க வேண்டாம், தெரிகிறதா?"

"நன்றாய்த் தெரிகிறது. அந்த உத்தேசமே எனக்குக் கிடையாது. அதிர்ஷ்ட தேவதையின் கருணை இரண்டு தடவை கிடைத்துவிட்டது. இன்னொரு தடவையும் கிடைக்கும் என்று எதிர்பார்க்கலாமா? இருட்டியதும் கிளம்பி விடுகிறேன்."

"இல்லை; வேண்டாம். ஒரு வேளை இன்று சாயங்காலத்துக்குள் அப்பா திரும்பி வந்தாலும் வந்துவிடுவார். எல்லாவற்றுக்கும் நான் இன்னொரு தடவை வந்து தகவல் சொல்கிறேன். அதுவரையில் நீர் இங்கேதான் இருக்க வேண்டும். மறுபடி நான் வந்து சொல்லும் வரையில் போகக்கூடாது. தெரிகிறதா?"

பெண்களின் சஞ்சல புத்தியை நினைத்துப் புன்னகை புரிந்தவண்ணம் இளவரசன், "ஆகா! தெரிகிறது! அப்படியானால் கொஞ்சம் சீக்கிரமே வந்துவிடு. இன்றைக்கு இரவு நாலு நாழிகைக்குச் சந்திரன் உதயமாகும். பளிச்சென்று அடிக்கும் நிலாவில் கோட்டைச்சுவரைத் தாண்டிச் செல்வது கஷ்டமாயிருக்கும்" என்றான்.

"ஓஹோ! நிலா வெளிச்சத்தை நினைத்தால் பயமாயிருக்கிறதா? சற்று முன்னால் 'இடுப்பில் கத்தி இருக்கிறது; உயிருக்குப் பயமில்லை!' என்று ஜம்பம் பேசினீரே!" என்று இளவரசி கேலி செய்தாள்.

"ஜம்பம் இல்லை, அம்மணி! நான் கூறியது உண்மைதான். என் உயிரைப்பற்றி எனக்குக் கவலையே இல்லை. என் காரணமாக உனக்கு ஒரு தொந்தரவும் ஏற்படக்கூடாதே என்றுதான் கவலைப் படுகிறேன்."

"என்னைப்பற்றி நீர் ஒன்றும் கவலைப்பட வேண்டாம். நான் சோலைமலை இளவரசி. என் தந்தைக்குச் செல்லப் பெண். என்னை யார் என்ன சொல்லக் கிடக்கிறது? நான் சீக்கிரமாக வந்தாலும் நேரங்கழித்து வந்தாலும் நான் வந்த பிறகுதான் நீர் போகவேண்டும். இல்லாவிட்டால்..."

"இல்லாவிட்டால் என்ன?"

"உடனே சங்கிலித் தேவனைக் கூப்பிட்டு உம்மை அவனிடம் ஒப்படைத்து விடுவேன்."

"அவ்வளவு சிரமம் உனக்கு நான் வைக்கவில்லை. நீ மறுபடி வருகிறவரையில் இங்கேயே இருப்பேன். ஆனால், சீக்கிரமாக வந்துவிட்டால் ரொம்ப உபகாரமாயிருக்கும். நான் செய்ய வேண்டிய வேலை எவ்வளவோ இருக்கிறது."

"சீக்கிரமாக வருவதற்குப் பார்க்கிறேன். ஆனால், நிஜமாகவே உமக்குப் பசி தீர்ந்துவிட்டதல்லவா? நீர் சாப்பிடுவதைப் பார்த்தபோது இன்னும் கொஞ்சம் கொண்டு வரவில்லையே என்று இருந்தது."

"அழகுதான்! இப்போது நான் சாப்பிட்டது இன்னும் மூன்று நாளைக்குப் போதும். இராத்திரி நிச்சயமாகச் சாப்பாடு கொண்டுவர வேண்டாம்."

"ஆகா! சோலைமலை இளவரசி உமக்குச் சோறு படைக்கப் பிறந்தவள் என்று எண்ணியிருக்கிறீரோ? ஏதோ பசித்திருகிறீரே என்று பரிதாபப்பட்டு ஒருவேளை கொண்டு வந்தால் இராத்திரிக்கும் கொண்டு வா என்கிறீரே?"

"ஐயையோ! நான் அப்படிச் சொல்லவில்லையே? வேண்டாம் என்றுதானே சொன்னேன்."

"வேண்டாம் என்று சொல்வதற்கு அர்த்தம் என்னவென்று எனக்குத் தெரியாதா? 'கட்டாயம் கொண்டு வா' என்றுதான் அர்த்தம். ஆனால் அது முடியாத காரியம்."

"வேண்டாம் அம்மணி, வேண்டாம். இராத்திரி எனக்கு ஒன்றும் வேண்டாம்!"

"நான் கொண்டு வருவதாக இருந்தால் அல்லவா நீர் வேண்டாம் என்று சொல்ல வேண்டும்?"

இளவரசன், 'மௌனம் கலக நாஸ்தி' என்ற பழமொழியை நினைவுகூர்ந்து சும்மா இருந்தான். இளவரசியும் போஜனப் பாத்திரங்களை எடுத்துக்கொண்டு சென்றாள்.

மாணிக்கவல்லி அவ்விடமிருந்து போன பிறகு மாறனேந்தல் இளவரசன் மாலைப்பொழுதின் வரவை ஆவலுடன் எதிர்பார்த்துக் கொண்டிருந்தான்.

அவ்விதம் அவன் ஆவல் கொள்வதற்கு இரண்டு முக்கியமான காரணங்கள் இருந்தன. உடம்பின் களைப்புத் தீர்ந்துவிட்ட படியால் அவன் உடனே புறப்பட்டுச் செல்ல விரும்பினான். எத்தனையோ அவசர காரியங்கள் அவன் செய்வதற்கு இருந்தன. சோலைமலைப் பிரதேசத்தை அன்று இரவுக்கிரவே எப்படியாவது தாண்டிப் போய்விட வேண்டும். தூரதூர தேசங்களுக்குச் சென்று அங்கங்கே கும்பெனி ஆட்சிக்கு விரோதமாயுள்ள ராஜாக்களையும் நவாப்புகளையும் சந்திக்கவேண்டும். பெரிய படை திரட்டிக்கொண்டு திரும்பி வரவேண்டும். வியாபாரம் செய்வதற்காக வந்து இராஜ்யங்களை கவர்ந்து கொண்டிருக்கும் வெள்ளை மூஞ்சிகளை நாட்டிலிருந்து துரத்தியடிக்க வேண்டும். மூட்டை முடிச்சுகளைச் சுருட்டி எடுத்துக்கொண்டு அவர்கள் கப்பல் ஏறி ஓடும்படி செய்ய வேண்டும். மாடு இல்லாமலும் குதிரை இல்லாமலும் ரயில் வண்டி விடுவதாகச் சொல்லி, தேசமெங்கும் இரும்புத் தண்டவாளங்களைப் போட்டல்லவா அவர்கள் இந்தப் புராதன பாரத தேசத்தைக் கட்டி ஆளப் பார்க்கிறார்கள்? இரும்புக் கம்பியால் வேலி எடுத்துத் தேசத்தையே அல்லவா சிறைச்சாலையாக்கப் பார்க்கிறார்கள்? அப்படிப்பட்டவர்களை துரத்தியடிப்பதற்கு வடக்கே டில்லி பாதுஷா என்ன, மராட்டிய மகாவீரர்கள் என்ன, ஜான்ஸி மகாராணி என்ன, இப்படி எத்தனையோ பேர் ஆயத்தம் செய்து கொண்டிருப்பதாக அவன் கேள்விப்பட்டிருந்தான். அவர்களோடு தானும் சேர்ந்துகொள்ள வேண்டும். பெரிய படை திரட்டிக்கொண்டு திரும்பி வந்து தமிழகத்திலிருந்தும் வெள்ளைக்காரர்களைத் துரத்தியடிக்க வேண்டும். பிறகு முதற்காரியமாக அவர்கள் போட்ட ரயில் தண்டவாளங்களையெல்லாம் பிடுங்கி எறிந்துவிட வேண்டும்...

இப்படியெல்லாம் மாறனேந்தல் இளவரசன் மனக் கோட்டைகள் கட்டிக்கொண்டிருந்தான். அந்த மனக்கோட்டைகளுக்கு

இடையிடையே மாறனேந்தல் கோட்டையின் கதி என்ன ஆயிற்றோ, தன்னுடைய தாய் தந்தை தம்பி ஆகியவர்கள் என்ன கதியை அடைந்தார்களோ என்ற கவலையும் அவனைப் பிடுங்கித் தின்று கொண்டிருந்தது. எனவே, சூரியன் எப்போது அஸ்தமிக்கும் என்று அவன் பரபரப்புடன் எதிர்பார்த்துக் கொண்டிருந்ததில் வியப்பில்லை அல்லவா?

அந்தப் பரபரப்புக்கு இரண்டாவது சிறு காரணம் ஒன்றும் இருக்கத்தான் செய்தது. அது, இரவு வந்ததும் சோலைமலை இளவரசி அங்கு வருவாள் என்ற எண்ணந்தான். தான் அந்தக் கோட்டையைவிட்டுப் போவதற்கு முன்னால் மாணிக்கவல்லியை மறுபடியும் ஒரு தடவை பார்க்கலாம் என்ற நினைவு, அவனுக்கு அதுவரையில் அனுபவித்து அறியாத ஓர் அதிசயமான உவகை உணர்ச்சியை அளித்துக்கொண்டிருந்தது.

சிற்சில சமயம், காரியங்கள் வேறுவிதமாக நடந்திருந்தால் இந்த அபூர்வமான தேவகன்னிகையை, தான் மணந்திருக்கலாமல்லவா என்ற எண்ணமும் உதித்தது. சோலைமலை ராஜாவைப் பற்றி அப்படியெல்லாம் தான் வாய் துடுக்காப் பேசியிராவிட்டால் அந்தப் பெண்ணுக்கும் தனக்கும் வைபோகமாகக் கலியாணம் நடந்திருக்கலாமல்லவா? ஆனால், உண்மையில் தன் பேரில் குற்றம் ஒன்றுமில்லை, 'சரா புரா'வென்று மலைக்குறவர் பாஷை பேசும் வெள்ளைக்காரச் சாதியார் வந்ததனால் அல்லவா அவ்விதம் நடவாமல் போயிற்று? தான் கரம் பிடித்து மணந்திருக்கக்கூடிய பெண்ணிடம் அடைக்கலம் கேட்கும் படியும், அவள் அளித்த ஒருவேளை உணவுக்காக நன்றி செலுத்தும்படியும் நேரிட்டது.

இவ்விதம் உள்ளம் அங்குமிங்கும் அப்படியும் இப்படியும் ஊசலாட, உலகநாதன் ஒவ்வொரு கணமும் ஒரு யுகமாகக் கழித்துக்கொண்டு அந்தப்புர நந்தவனத்து வஸந்த மண்டபத்தில் உட்கார்ந்திருந்தான்.

கடைசியாக, கழியாத நீள்பகலும் கழிந்தது. நாலு பக்கங்களிலும் இருள்சூழ்ந்து வந்தது. கோட்டை மதிலுக்கு அப்பால் சோலைமலைச் சிகரத்தின் உச்சியில் முருகன் கோயில் தீபம் ஒளிர்ந்தது. இனி, சீக்கிரத்திலேயே சோலைமலை இளவரசி தனக்கு விடை கொடுக்க வந்துவிடுவாள் என்ற எண்ணத்தினால் இளவரசனின் நெஞ்சு 'தடக், தடக்' என்று அடித்துக்கொள்ளத் தொடங்கியது.

பார்த்துக்கொண்டிருக்கும்போதே, அவனுடைய கண்ணெதிரே தோன்றிய முருகன் கோயில் தீபம் பெரிதாகிக்கொண்டு வந்தது.

கிட்டத்தட்ட மாலை வேளையில் உதிக்கும் பூரண சந்திரனுடைய வடிவை அது அடைந்தது. சட்டென்று அந்தப் பூரண சந்திரன் ரயில் வண்டியின் ஸர்ச் லைட்டாக மாறியது. ரயிலும் ஸர்ச் லைட்டும் அதிவேகமாக அவனை நெருங்கி நெருங்கி வந்தன. ஸர்ச் லைட்டின் உஷ்ணமான வெளிச்சம் அவனுடைய முகத்தில் பளீரென்று விழுந்து மூடியிருந்த கண்களையும் கூசும்படி செய்தது.

குமாரலிங்கம் தூக்கிவாரிப் போட்டுக்கொண்டு எழுந்து உட்கார்ந்தான். தான் சோலைமலை இளவரசன் அல்லவென்பதையும் தேசத்தொண்டன் குமாரலிங்கம் என்பதையும் அவன் உணர்வதற்குச் சிறிதுநேரம் பிடித்தது. கடைசியாக அவன் முகத்தில் அடித்த வெளிச்சம் ரயில் வண்டியின் ஸர்ச் லைட் வெளிச்சம் அல்ல. உச்சிவேளைச் சூரியனின் வெயில் வெளிச்சம் என்பதையும் தெரிந்துகொண்டான்.

உதய நேரத்தில் தான் அந்தப் பாழுங்கோட்டைக்குள் பிரவேசித்து அதிகமாக இடியாமலிருந்த வஸந்த மண்டபத்தில் படுத்த விஷயமும் நினைவுக்கு வந்தது. ஆனால், அதுவரையில் அவன் கண்ட காட்சி, அடைந்த அனுபவம் எல்லாம் தூக்கத்திலே கண்ட மாயக்கனவா? இல்லை, இல்லை, ஒரு நாளும் இல்லை. ஒவ்வொரு சம்பவமும், ஒவ்வொர் அனுபவமும் பிரத்தியட்சமாகப் பார்த்து, உணர்ந்து அனுபவித்ததாக அல்லவா தோன்றின?

அவ்வளவும் வெறும் கனவாகவோ, குழம்பிப்போன மூளையின் விசித்திரக் கனவாகவோ, கற்பனையாகவோ இருக்க முடியுமா? அல்லது உண்மையிலேயே முன்னொரு பிறவியில் தன்னுடைய வாழ்க்கை அனுபவங்கள்தான் அவ்வளவு தெளிவாக நினைவுக்கு வந்தனவா?

இத்தகைய மனக்குழப்பத்துடன் குமாரலிங்கம் சுற்றுமுற்றும் பார்த்தபோது, சற்றுத் தூரத்தில் அந்தப் பாழடைந்த கோட்டையில் மனிதர் நடந்து நடந்து ஏற்பட்டிருந்த ஒற்றையடிப் பாதை வழியே தலையில் கூடையுடன் ஓர் இளம்பெண் வருவதைக் கண்டான்.

அந்தக் காட்சி அவனுடைய நெஞ்சின் ஆழத்தில் மகிழ்ச்சியையும், அடி வயிற்றில் திகிலையும் உண்டாக்கியது. எக்காரணத்தினாலோ மகிழ்ச்சியும் காட்டிலும் திகில் அதிகமாயிற்று.

தன்னுடைய நிலைமையும் ஞாபகத்துக்கு வந்தது. அதே நேரத்தில் பிரிட்டிஷ் அதிகார வர்க்கத்தின் ஒற்றர்கள் தன்னை நாலாபக்கத்திலும் தேடிக்கொண்டிருப்பார்கள். இச்சமயம், தான்

இந்தப் பாழும் கோட்டையில் உட்கார்ந்திருப்பதைப் பார்த்தால் இந்தப் பெண் ஏதாவது கேட்கக்கூடும். தான் ஏதாவது பதில் சொல்ல வேண்டியிருக்கும். அதனால் என்ன விளையுமோ என்னவோ? அவள் கண்ணில் படாமல் மறைந்து கொள்வதற்கும் அப்போது நேரமில்லை. பின்னே, வேறு என்ன செய்யலாம்? மறுபடியும் அங்கேயே படுத்துத் தூங்குவதுபோலப் பாசாங்கு செய்வதுதான் சரி. அந்தப் பெண் தான் தூங்குவதைப் பார்த்துவிட்டுப் பேசாமல் தன் வழியே போய்விடுவாள். பிறகு எழுந்து மேலே தான் செய்ய வேண்டியது என்னவென்பதைப் பற்றித் தீர்மானித்துக் கொள்ளலாம்.

இவ்விதம் முடிவு செய்துகொண்டு குமாரலிங்கம் மறுபடியும் அந்தப் பழைய வஸந்த மண்டபத்தின் குறட்டில் படுத்தான்; இரண்டு கண்களையும் இறுக மூடிக்கொண்டான்.

7

மணியக்காரர் மகள்

குமாரலிங்கம் கண்ணை மூடிக்கொண்ட பிறகு அவனுடைய செவிகள் மிகவும் கூர்மையாயின. குயில்கள் 'குக்கூ' இசைக்கும் சத்தமும், அணில்கள் 'கிச் கிச்' என்று இசைக்கும் சத்தமும், வேறு பலவகைப் பறவைகள் 'கிளக்' 'கிளக்' என்றும், 'கிளிங்' 'கிளிங்' என்றும் 'கிறீச்' 'கிறீச்' என்றும் கத்தும் சத்தமும் கேட்டன. இவ்வளவு சத்தங்களுக்கு மத்தியில் 'கலின்' 'கலின்' என்று கேட்ட மெட்டிகளின் சத்தத்திலேதான் அவனுடைய கவனம் நின்றது. சீக்கிரத்தில் அந்தச் சத்தம் நின்றுவிட்டது. அவ்வளவு காது கொடுத்து கவனமாகக் கேட்டும் கேட்கவில்லை. அந்தப் பெண் போய்விட்டாளா? அடாடா! போயே போய்விட்டாளா? அவள் தலையிலே இருந்த கூடையில் மோரோ, தயிரோ அல்லது சோறோ இருந்திருக்க வேண்டும். வயிற்றுப்பசி கொல்லுகிறதே; வந்தது வரட்டும் என்று அவளைப் பார்த்துப் பேசாமல் போனோமே? நிஜமாகவே போய்விட்டாளா? அல்லது, ஒரு வேளை...

குமாரலிங்கம் இலேசாகக் கண்ணிமைகளைச் சிறிது திறந்து பார்த்தான். அந்தப் பெண் போகவில்லை. தன் எதிரிலே அருகில் நின்றுகொண்டிருக்கிறாள் என்று தெரிந்துகொண்டாள். உடனே தன்னை மீறி வந்த சங்கோசத்தினால் மீண்டும் கண்களை இறுக மூடிக்கொண்டான்.

குன்றிலிருந்து குதித்தோடும் அருவியின் சலசல சத்தத்தைப் போன்ற சிரிப்பின் ஒலி அவனுக்குக் கேட்டது. அந்த ஒலி செவியில் விழுந்ததும், ஸ்விட்சை அமுக்கியதும் இயங்கும் மின்சார இயந்திரத்தைப்போல் குமாரலிங்கம் பளிச்சென்று எழுந்து உட்கார்ந்தான். தன் முன்னால் நின்ற பெண்ணின் முகத்தை ஏறிட்டு உற்றுப் பார்த்தான். ஆச்சரியம் எல்லை மீறியது. அவள்தான்; சந்தேகமில்லை! சோலைமலை இளவரசியேதான். உடுத்தியிருந்த உடையிலும் அணிந்திருந்த ஆபரணங்களிலுந்தான் வித்தியாசமே தவிர, முகத்திலும் தோற்றத்திலும் யாதொரு வேற்றுமையும் இல்லை.

குமாரலிங்கத்தின் தலை சுழன்றது. நல்ல வேளையாக, அந்தப் பெண் அடுத்தாற்போல் சொன்ன வார்த்தை அவன் மயங்கிக் கீழே விழாமல் இருந்தது. "இந்த மண்டபத்தில் உச்சிவேளையில் படுத்துத் தூங்கக்கூடாது, ஐயா! இங்கே மோகினிப் பிசாசு உலாவுது என்று எல்லாரும் சொல்கிறாங்க!"

இதைக் கேட்டதும் குமாரலிங்கம் குபீர் என்று சிரித்தான். ஆனால், சிரிப்பின் சத்தம் அவ்வளவு கணீரென்று கேட்கவில்லை. அதன் காரணத்தை அந்தப் பெண்ணே கூறினாள்.

"பாவம்! சிரிக்கக்கூடச் சக்தி இல்லை. வயிற்றுக்குச் சாப்பிட்டு ஒரு மாதம் ஆனாற்போலேயிருக்கு, ஆளைப் பார்த்தால்! உடம்புக்கு ஏதாவது அசௌக்கியமா, ஐயா?" என்று அவள் கூறியது குமாரலிங்கத்தின் செவியில் இன்ப கீதமாகப் பாய்ந்தது.

"அதெல்லாம் எனக்கு உடம்பு அசௌக்கியம் ஒன்றுமில்லை. நீ யார், அம்மா?" என்று குமாரலிங்கம் கேட்ட வார்த்தை ஈன ஸ்வரத்திலேதான் வெளி வந்தது.

"நான் இந்த ஊர் மணியக்காரரர் மகள். உனக்கு உடம்பு அசௌக்கியம் இல்லாவிட்டால் பசியாய்த்தான் இருக்க வேணும். அப்படி நீ சுருண்டு படுத்துக்கிட்டிருப்பதைப் பார்த்தபோதே தெரிந்தது. சோறு கொஞ்சம் மிச்சம் இருக்கு; சாப்பிடுகிறாயா, ஐயா!"

குமாரலிங்கத்தின் வயிறு 'கொண்டு வா! கொண்டு வா!' என்று முறையிட்டது. ஆனால், அவனுடைய சுயகௌரவ உணர்ச்சி அதற்கு குறுக்கே வந்து நின்றது. "அதென்ன அப்படிக் கேட்டாய்? என்னைப் பார்த்தால் அவ்வளவு கேவலமாயிருக்கிறதா? பிச்சைக்காரன் மாதிரி தோன்றுகிறதா?" என்றான் குமாரலிங்கம்.

"பிச்சைக்காரன் என்று யார் சொன்னாங்க? பார்த்தால் மவராஜன் வீட்டுப் பிள்ளை மாதிரிதான் இருக்கு. ஆனால், எப்பேர்ப்பட்ட பிரபுக்களுக்கும் சில சமயம் கஷ்டம் வருகிறது சகஜந்தானே? அதிலும் நல்லவங்களுக்குத்தான் உலகத்திலே கஷ்டம் அதிகமாய் வருகிறது. இராமர், சீதை, அரிச்சந்திரன், சந்திரமதி, தர்ம புத்திரர் இவர்கள் எல்லாரும் எவ்வளவோ கஷ்டப்படவில்லையா?"

இந்தப் பட்டிக்காட்டுப் பெண் விவாதத்தில் எவ்வளவு கெட்டிக்காரியாயிருக்கிறாள் என்று குமாரலிங்கம் மனத்திற்குள்ளே வியந்தான். எனினும், விவாதத்தில் தோற்க மனம் இல்லாமல், "அவர்களையெல்லாம் போல நான் நல்லவனுமில்லை; எனக்குக் கஷ்டம் ஒன்றும் வந்துவிடவும் இல்லை" என்றான்.

"அப்படியென்றால் ரொம்ப சந்தோஷம்; நான் போய் வாரேன்! உன்னோடு வெறும் பேச்சுப் பேசிக்கிட்டிருக்க எனக்கு நேரம் இல்லை. ஆயாள் கோபித்துக் கொள்வாள்" என்று சொல்லிவிட்டு அந்தப் பெண் மேலே போகத் தொடங்கினாள். குமாரலிங்கத்துக்குத் தன் பிராணனே தன்னைவிட்டுப் போவது போலிருந்தது. அவள் பத்தடி போவதற்கும் "அம்மா! அம்மா! இங்கே வா! பசி காதை அடைக்கிறது. கொஞ்சம் சோறு போட்டுவிட்டுப் போ!" என்றான்.

போகும்போது கொஞ்சம் சிடுசிடுப்போடு போனவள், இப்போது மலர்ந்த முகத்தோடு திரும்பி வந்தாள்.

"இதற்கு என்னத்திற்கு இவ்வளவு வறட்டு ஜம்பம்? ஆளைப் பார்த்தால்தான் தெரிகிறதே, மூன்று நாளாய்ப் பட்டினி என்று? இந்தா!" என்று சொல்லி ஒரு மலை வாழை இலையை எடுத்துக் கொடுத்தாள்.

"ஜம்பம் ஒன்றும் இல்லை, அம்மா! நீ யாரோ, என்னவோ என்றுதான் நான் கொஞ்சம் யோசித்தேன்."

"இதை முதலிலேயே நீ கேட்டிருந்தால் நான் சொல்லி இருப்பேன். நாங்கள் நல்ல சாதிதான். முக்குலத்தோர் குலம். எங்கள் ஐயா பெயர் சிங்கார பாண்டியத் தேவர்."

"சாதியைப்பற்றி நான் கேட்கவில்லை. நான் தேசத் தொண்டன். முக்குலத்தோரானாலும் எக்குலத்தோரானாலும் எனக்கு ஒன்றுதான்; வித்தியாசம் கிடையாது."

இலையில் சோற்றைப் படைத்துக்கொண்டு மணியக்காரர் மகள், "தேசத்தொண்டன் என்றால் என்ன? அது ஒரு சாதியா?" என்று கேட்டாள்.

குமாரலிங்கம் அப்போது தன் மனத்திற்குள், 'அடாடா! நம்முடைய பெண்குலத்தை நாம் எப்படிப் படிப்பில்லாமல் வைத்துக்கொண்டிருக்கிறோம்?' என்று எண்ணிப் பரிதாபப்பட்டான். பிறகு, "தேசத்தொண்டன் என்பது ஒரு சாதியல்ல. தேசத் தொண்டர்களுக்குச் சாதி என்பதே கிடையாது" என்றான்.

"அது எப்படிச் சாதியே இல்லாமல் இருக்கும்? ஏதாவது ஒரு சாதியில் பிறந்துதானே ஆக வேண்டும்? தேசத் தொண்டர் என்றால் சாதி கெட்டவர்கள் என்று சொல்கிறாயா?"

"ராமா ராமா! சாதியே இல்லை என்றால் சாதி எப்படிக் கெடும்? இருக்கட்டும்; 'தேசம்' என்றால் இன்னதென்றாவது உனக்குத் தெரியுமா?"

"தெரியாமல் என்ன? இந்த மலைக்கு அப்பாலே மலையாள தேசம் இருக்கிறது. கொலை கிலை பண்ணறவங்களைத் தேசாந்தரம் அனுப்பறாங்கள்!"

"அது போகட்டும்; காந்தி என்று ஒருவர் இருப்பதாகக் கேட்டிருக்கிறாயா?"

"காந்தி மகாத்துமா என்று சொல்லிக்கிறாங்க! நேரே பார்த்ததில்லை."

"சரி; காங்கிரஸ் மகாசபை என்றால் தெரியுமா?"

"எல்லாம் தெரியும். முன்னேயெல்லாம் காங்கிரஸ் என்று சொல்லி 'மஞ்சப் பெட்டியிலே வோட்டுப் போடு' என்று சொன்னாங்க. இப்போது, 'காங்கிரஸ்காரனுங்க அங்கே கொள்ளையடிச்சாங்க, இங்கே கொள்ளையடிச்சாங்க' என்று சொல்லிக்கிறாங்க!"

"கடவுளே! கடவுளே! காங்கிரஸ்காரர்கள் கொள்ளையடிக்க மாட்டார்கள், அம்மா! வெள்ளைக்காரர்களாகிய கொள்ளைக் காரர்களை இந்தப் பாரத தேசத்திலிருந்து துரத்துவதுதான் காங்கிரஸ் மகாசபையின் நோக்கம். இந்தப் புண்ணிய பூமியில் எத்தனையோ வீரப்பெண்மணிகள் இன்றைக்குச் சுதந்திரக் கொடியை நாட்டக் கிளம்பியிருக்கிறார்கள்..."

"கொடி போடுகிறவர்கள் போடட்டும். அதெல்லாம் எனக்கு என்னத்திற்கு? எங்க ஐயாவுக்கு என்னமோ இப்போதெல்லாம் காங்கிரஸ்காரங்க என்றால் ரொம்பக் கோவம்..."

"அடாடா! அப்படியா? அவரை மட்டும் நான் நேரில் பார்த்தால், உண்மையை எடுத்துச் சொல்லி அவர் மனத்தை மாற்றி விடுவேன்..."

"எங்க ஐயாவை உனக்குத் தெரியாது. தெரிந்தால் இப்படிப் பேசமாட்டாய். ரொம்பக் கோவக்காரர். 'காங்கிரஸ்காரனுங்க யாராவது இந்த ஊரில் கால் எடுத்து வைக்கட்டும்; காலை ஒடித்து விடுகிறேன்' என்று சொல்லிக்கொண்டிருக்கிறார். நீ காங்கிரஸ் கட்சிக்காரன் என்றால், எங்க அப்பா ஊருக்குத் திரும்பி வரத்துக்குள்ளே போய்விடு!"

இந்த வார்த்தைகள் குமாரலிங்கத்துக்கு அவ்வளவாக ரஸிக்கவில்லை. இன்னதென்று விவரமாகாத ஒருவிதத் திகில் அவன் மனத்தில் உண்டாயிற்று. எல்லாம் காலையில் கண்ட கனவில் நடந்த மாதிரியே நடக்கிறதே என்ற எண்ணமும் தோன்றியது.

"சரி, அந்தப் பேச்சை விட்டுவிடலாம்... உன் பெயர் என்ன?"

"என் பெயர் பொன்னம்மா, எதற்காகக் கேட்கிறாய்?"

"இவ்வளவு உபகாரம் எனக்குச் செய்தாயே? உன் பெயரையாவது நான் ஞாபகம் வைத்துக்கொள்ள வேண்டாமா?"

"உபகாரம் செய்கிறவர்களை இந்த நாளில் யார் ஞாபகம் வைத்துக்கொள்ளுகிறார்கள்? அதெல்லாம் வெட்டிப் பேச்சு! காரியம் ஆக வேண்டியிருந்தால் சிநேகம், உறவு எல்லாம் கொண்டாடுவார்கள்; காரியம் ஆகிவிட்டால் நீ யாரோ, நான் யாரோ!"

"அப்படிப்பட்ட மனிதன் அல்ல நான். ஒரு தடவை உதவி செய்தவர்களை ஒருநாளும் மறக்கமாட்டேன். அதிலும் உன்னை நிச்சயமாக மறக்கமாட்டேன். ஆமாம்; மணியக்காரர் மகள் என்கிறாயே? யாருக்குச் சாப்பாடு கொண்டுபோனாய்? வேறு யாரும் வேலைக்காரர் இல்லையா?"

"வேலைக்காரர்கள் இருக்கிறார்கள், எல்லோரும் கரும்புத் தோட்டத்தில் வேலை செய்கிறார்கள். கரும்பு வெட்டி இப்போது வெல்லம் காய்ச்சியாகிறது. அப்பா ஊரில் இல்லாததால் ஆயாளும் அண்ணனும் ஆலை அடியில் இருக்கிறார்கள். வெறுமனே வீட்டிலே குந்தி இருப்பானேன் என்று அவர்களுக்குச் சோறு கொண்டுபோய்க் கொடுத்துவிட்டு வருகிறேன்."

"அப்படியானால், நாளைக்கும், இந்த வழி வருவாயா?"

"வந்தாலும் வருவேன். ஆனால் நாளைக்குக்கூட நீ இங்கேயே இருப்பாயா? உனக்கு வீடு வாசல் வேலை வெட்டி ஒன்றும் கிடையாதா?"

"நான்தான் அப்போதே சொன்னேனே, தேசத்தொண்டுதான் எனக்கு வேலை என்று."

"அதென்னமோ எனக்கு ஒன்றும் விளங்கவில்லை. நான் போய் வருகிறேன்" என்று சொல்லிவிட்டுப் பொன்னம்மாள் அங்கிருந்து புறப்பட்டாள்.

"நான் கேட்டதற்குப் பதில் சொல்லாமல் போகிறாயே? நாளைக்கும் இந்த மாதிரி ஒரு பிடி சோறு போட்டுவிட்டுப் போனாயானால் தேவலை. இன்னும் இரண்டு மூன்று நாளைக்கு நான் இந்தப் பாழும் கோட்டையிலே இருந்து தீரவேண்டும். சாப்பிட்ட பிறகுதான் களைப்பு இன்னும் அதிகமாய்த் தெரிகிறது. இரண்டு மூன்று நாளைக்கு ஓர் அடிகூட எடுத்துவைக்க முடியாது போலிருக்கிறது. ஊருக்குள் வரலாம் என்று பார்த்தால் உன் தகப்பனார், காங்கிரஸ்காரன் என்றால் காலை ஒடித்துவிடுவார் என்கிறாய்."

"அதில் என்னமோ சந்தேகமில்லை. உனக்கு நான் சோறு போட்டதாகத் தெரிந்தால் என்னையே அவர் காளவாயில் வைத்துவிடுவார்!"

"அப்படியானால் நீதான் இரண்டு மூன்று நாளைக்கு எனக்குச் சோறுபோட்டுக் காப்பாற்ற வேண்டும்."

"நல்ல காரியம்! முதலில், நாளை ஒரு நாளைக்கு என்கிறாய். அப்புறம் மூன்று நாளைக்கி என்கிறாய். வழிப்போக்கர்களுக்குச் சோறு கொண்டுவந்து படைப்பதுதான் எனக்கு வேலை என்று நினைத்தாயா?"

"சரி! அப்படியென்றால் நான் பட்டினி கிடந்து சாகிறேன். இங்கே பறந்து திரியும் கழுகுகளுக்கு நல்ல இரை கிடைக்கும். இன்றைக்குக்கூட உன் பாட்டுக்குப் பேசாமல் போயிருக்கலாமே! தூங்கினவனை எழுப்பிச் சோறுபோட்டு இருக்கவேண்டாமே?"

பொன்னம்மாள் 'கலகல'வென்று சிரித்தாள். அவள் சிரித்தபோது குமாரலிங்கத்துக்குக் குன்றும் மரமும் கொடியும் சகல ஜீவராசிகளும் 'கலகல'வென்று சிரிப்பதுபோலத் தோன்றியது. அவனுடைய சோர்வடைந்த முகத்திலும் புன்னகைப் பூத்தது.

பொன்னம்மாளை முன்னைவிட ஆர்வத்தோடு பார்த்து "ஏன் சிரிக்கிறாய்?" என்று கேட்டான்.

"தூங்கினவனை எழுப்பியதாகச் சொன்னதற்குத்தான் சிரித்தேன். நிஜமாக நீ தூங்கினாயா, அல்லது பொய் சொல்லுகிறாயா?"

"இல்லை; பொய்த் தூக்கந்தான். ஆனால், நான் கண்ணை மூடிக்கொண்டு படுத்திருந்தபோது நீ சிரித்தாயே; அது எதற்காக?"

"நீ எழுந்து உட்கார்ந்து என்னைப் பார்த்ததும் சிரிக்க முடியாமல் சிரித்தாயே, அது எதற்காக? முதலில் அதைச் சொல்."

"நீ முதலில் சொன்னால் அப்புறம் நானும் சொல்கிறேன்."

"நிச்சயமாகச் சொல்வாயா?"

"சத்தியமாய்ச் சொல்லுகிறேன்."

"நேற்றைக்கு நான் சந்திரஹாசன் கதை படித்துக் கொண்டிருந்தேன்!"

"ஓஹோ! உனக்குப் படிக்கக்கூடத் தெரியுமா?"

"ஏன் தெரியாது? நாலாவது வகுப்பு வரையில் படித்திருக்கிறேன். அப்புறம் வீட்டிலேயே கதைப் புத்தகங்கள் படிப்பதுண்டு."

"சரி, மேலே சொல்லு!"

"சந்திரஹாசன் கதையில் இப்படித்தான் ஒரு ராஜகுமாரன் நந்தவனத்தில் வந்து படுத்துத் தூங்குகிறான். மந்திரிகுமாரி அங்கே வந்து அவனைப் பார்த்துவிட்டு, தன் ஐயாதான் தனக்கு மாப்பிள்ளை தேடி அனுப்பியிருக்கிறார் என்று நினைத்துக்கொள்கிறாள். இப்போது எங்க ஐயாவும் ஊரில் இல்லாதபடியால் அவர்தான் ஒருவேளை மாப்பிள்ளையைத் தேடி அனுப்பியிருக்கிறாரோ என்று நினைத்தேன். அது என்ன பைத்தியக்கார எண்ணம் என்று தோன்றியதும் சிரிப்பு வந்தது!"

"ஏன் அதைப் பைத்தியக்கார எண்ணம் என்கிறாய்? ஏன் உண்மையாய் இருக்கக்கூடாது?"

"உன்னோடு வெறும் பேச்சுப் பேச எனக்கு நேரம் இல்லை. நீ என்னைப் பார்த்ததும் ஏன் சிரித்தாய் என்று சொல்லுவாயா, மாட்டாயா?"

"நான் எழுந்து உட்கார்ந்ததும், 'இந்த மண்டபத்தில் உச்சிவேளையில் படுக்கக்கூடாது, மோகினிப்பிசாசு இங்கே இருக்கிறது' என்று சொன்னாயல்லவா? உன்னைத் தவிர வேறு மோகினிப் பிசாசு எங்கேயிருந்து வரப்போகிறது என்று எண்ணிச் சிரித்தேன். எப்பேர்ப்பட்ட தேவகோலகத்து மோகினியும் அழகுக்கு உன்னிடம் பிச்சை வாங்கவேண்டும்!"

"உன்னைப்பற்றி ஒரு பாட்டு இட்டுக் கட்டியிருக்கிறேன். கேட்டுவிட்டுப் போ!"

"பாட்டா? எங்கே, சொல்லு?"

பொன்னம்மாள் ரொம்பப் பொல்லாதவள்
பொய் என்ற வார்த்தையே சொல்லாதவள்

என்று குமாரலிங்கம் பாடியதைக் கேட்டு மணியக்காரர் மகள் தன் செவ்விதழ்களை மடித்து அழகு காட்டிவிட்டுக் கூடையை எடுத்துத் தலையில் வைத்துக்கொண்டாள். பிறகு ஒரு கையை வீசிக்கொண்டு காலை எட்டி வைத்து நடந்தாள்.

"நாளைக்குக் கட்டாயம் வருவாயல்லவா? இன்னும் இரண்டு மூன்றுநாள் உயிர்ப்பிச்சைக் கொடுத்து நீதான் காப்பாற்ற வேண்டும்!" என்றான் குமாரலிங்கம்.

பொன்னம்மாள் திரும்பிப் பார்த்து இன்னும் ஒரு தடவை அவனுக்கு அழகு காட்டிவிட்டு விரைவாக நடந்தாள். அவள் நடையிலும் தோற்றத்திலும் என்றுமில்லாத மிடுக்கும் கம்பீரமும் அன்று காணப்பட்டன.

பொன்னம்மாள் போன பிறகு குமாரலிங்கம் சிறிது நேரம் சிந்தனையில் ஆழ்ந்தான். அன்று அதிகாலை நேரத்தில் அங்கே தான் வந்து உட்கார்ந்தபோது கண்ட கனவுக் காட்சியில் நடந்தது போலவே ஏறக்குறைய இப்போது உண்மையாக நடப்பதை எண்ணி எண்ணி வியந்தான். சிறிது நேரத்துக்கெல்லாம் யாரோ குடியானவர்கள் அந்தப் பக்கம் நெருங்கி வருவதாகத் தோன்றவே, எழுந்து சென்று சற்றுத் தூரத்தில் இடிந்து கிடந்த அரண்மனைக்குள்ளே புகுந்தான். அங்கு எவ்வித நோக்கமும் இன்றி அலைந்தான். மறுபடியும் அதே மாய உணர்ச்சி அந்த இடங்களில் எல்லாம் ஏற்கெனவே ஒரு தடவை சஞ்சரித்திருப்பது போன்ற உணர்ச்சி அவனைக் கவர்ந்தது.

அதை உதறித் தள்ளிவிட்டு வெளியில் வந்து பாழடைந்த கோட்டை கொத்தளங்களிலும், அருகிலேயிருந்த காட்டுப் பிரதேசங்களையும் சுற்றி அலைந்தான். அஸ்தமித்ததும் களைப்பு மேலிட்டு வந்தது. மறுபடியும் வஸந்த மண்டபத்தில் உட்கார்ந்தான். அந்தக் கோட்டையிலும் அரண்மனையிலும் முற்காலத்தில் யார்யார் வசித்தார்களோ, என்னென்ன பேசினார்களோ, ஏதேது செய்தார்களோ என்றெல்லாம் அவனுடைய உள்ளம் கற்பனை செய்துகொண்டிருந்தது.

பகலில் வெகுநேரம் தூங்கியபடியால் இரவில் சீக்கிரம் தூக்கம் வராதோ என்று முதலில் தோன்றியது. அந்தப் பயத்துக்குக் காரணமில்லையென்று சற்றுநேரத்துக்கெல்லாம் தெரிந்தது. அவனுடைய பூப்போன்ற கரங்கள் அவனுடைய கண்ணிமைகளைத் தடவிக்கொடுக்கத் தொடங்கின.

அச்சமயம் கிழக்குத் திக்கில் குன்று முகட்டில் மேலே வெள்ளி நிறத்து நிலவின் ஒளி பரவிற்று. சிறிது நேரத்துக்கெல்லாம் ஏறக்குறைய முழு வட்ட வடிவமாயிருந்த சந்திரன் குன்றின் மேலே வந்தது. பால் போன்ற நிலவு அந்தப் பழைய கோட்டைக் கொத்தளங்களின் மேலே நன்றாய் விழுந்ததும், மறுபடியும் காலையில் நேர்ந்த அதிசய அனுபவம் குமாரலிங்கத்துக்கு ஏற்பட்டது.

பாழடைந்த கோட்டை கொத்தளங்கள் புதிய கோட்டை கொத்தளங்கள் ஆயின. இடிந்து கிடந்த அரண்மனை மேல் மச்சுக்கள் உள்படப் புதிய வனப்புப் பெற்றுத் திகழ்ந்தன. வஸந்த மண்டபமும் புதியத் தோற்றம் அடைந்தது. சுற்றிலும் இருந்த நந்தவனத்திலிருந்து புது மலர்களின் நறுமணம் பரவி வந்து தலையைக் கிறுகிறுக்கச் செய்தது. குமாரலிங்கமும் மாறனேந்தல் இளவரசனாக மாறினான்.

8

கண்ணீர் கலந்தது!

சென்ற அத்தியாயத்தின் இறுதியில் ‘குமாரலிங்கம் மாறனேந்தல் இளவரசனாக மாறினான் என்று குறிப்பிட்டிருந்தோம். உண்மையில் மாறனேந்தல் மகாராஜாவாக மாறினான்’ என்று சொல்லியிருக்க வேண்டும்.

அன்றைய தினம் பகலில் மாறனேந்தல் கோட்டையில் நடந்த துக்ககரமான சம்பவங்களின் காரணமாக இளவரசன் உலகநாதத் தேவனை இனி நாம் ‘மகாராஜா உலகநாதத்தேவர்’ என்று அழைப்பது அவசியமாகிறது.

மாலை எப்போது வரும், மதியம் எப்போது உதயமாகும், மாணிக்கவல்லியின் பாத சலங்கை ஒலி எப்போது கேட்கும் என்று உலகநாதத்தேவர் பிற்பகல் எல்லாம் ஆவலுடன் காத்துக்

கொண்டிருந்தார். கடைசியாக மாலையும் வந்தது. பின்னர் உலகநாதத் தேவரின் ஆவல் நிமிஷத்துக்கு நிமிஷம் அதிகமாகிக் கொண்டிருந்தது. ஒருவேளை தம்முடைய ஆவல் பூர்த்தியாகாமலேயே போய்விடுமோ, எதிர்பாராத தடை ஏதேனும் நேர்ந்து மாணிக்கவல்லி வராமலிருந்து விடுவாளோ என்ற பயமும் அவருடைய மனத்தில் அடிக்கடித் தோன்றிக்கொண்டிருந்தது.

ஆனால், அம்மாதிரி உலகநாதத் தேவர் ஏமாற்றமடையும்படி நேரிடவில்லை. கீழ்த்திசைக் குன்றின்மேல் சந்திரன் தோன்றிய சிறிது நேரத்துக்கெல்லாம் அரண்மனைப் பக்கத்திலிருந்து ஒரு பெண்ணின் உருவம் வருவதை அவர் கண்டார்.

இளவரசி நெருங்கி வரவர அவளுடைய நடையிலே ஒரு வித்தியாசம் இருப்பது தெரிந்தது. முன்னே அவளுடைய நடையில் தோன்றிய மிடுக்கும் கம்பீரமும் இப்போது இல்லை. அதுமட்டுந்தானா வித்தியாசம்? அன்று காலையும் மத்தியானமும் இளவரசி நடந்தபோதெல்லாம் அவளுடைய காற்சிலம்பு 'கலீர் கலீர்' என்று சப்தித்தது. அந்த ஒலி இப்போது ஏன் கேட்கவில்லை?

வஸந்த மண்டபத்தின் குறட்டில் உட்கார்ந்திருந்த உலகநாதத் தேவர் விரைந்து எழுந்து இளவரசி மாணிக்கவல்லியை எதிர்கொண்டு அழைப்பதற்காகச் சென்றார்.

ஏதோ ஒரு கெட்ட செய்தியைக் கேட்கப் போகிறோமென்ற உள்ளுணர்ச்சி அவருடைய நெஞ்சில் அலைமோதி எழுந்து மார்பை விம்மி வெடிக்கச் செய்தது. மாலை நேரத்தில் மடலவிழ்ந்து மணம் விரித்த அழகிய மலர்கள் குலுங்கிய புஷ்பச் செடிகளுக்கு மத்தியில் மாணிக்கவல்லியின் முகமலரை உலகநாதத்தேவர் பார்த்தார். அவளுடைய விசாலமான கரிய விழிகள் இரண்டிலும் இரண்டு கண்ணீர்த்துளிகள் ததும்பி நின்று, வெண்ணிலவின் ஒளியில் நன்முத்துக்களைப்போல் பிரகாசித்தன.

அதைக்கண்ட உலகநாதத்தேவர் தம்முடைய உள்ளத்தில் உதித்த உற்பாத உணர்ச்சி உண்மைதான் என்று எண்ணமிட்டார். ஏதோ ஒரு கெட்ட செய்தி, அதுவும் தம்மைப்பற்றிய கெட்ட செய்தி, இளவரசியின் காதுக்கு எட்டியிருக்க வேண்டும்! அதில் சந்தேகமில்லை. இளவரசியை மறுபடி சந்தித்ததும் ஏதேதோ பரிகாசமாகப் பேசவேண்டுமென்று உலகநாதத்தேவர் யோசித்து வைத்திருந்தார். அவையெல்லாம் இப்போது மறந்துபோயின.

"உன் கண்களில் ஏன் கண்ணீர்த் ததும்புகிறது?" என்று கேட்பதற்குக்கூட அவருக்கு நா எழவில்லை. கனிந்த

சோகத்தினாலும் கண்ணீரினாலும் வெண்ணிலாவின் மோகன நிலவினாலும் பதின்மடங்கு அழகுபெற்று விளங்கிய மாணிக்கவல்லியின் முகத்தைப் பார்த்தது பார்த்தபடியே திகைத்துப்போய் நின்றார்.

எனவே, மாணிக்கவல்லிதான் முதலில் பேசும்படியாக நேர்ந்தது. நீண்ட பெருமூச்சுகளுக்கும் விம்மல்களுக்குமிடையில் "இந்தக் கோட்டையை விட்டுப் போகமுடியாது! இங்கேதான் இருந்தாக வேண்டும்!" என்றாள்.

அவள் சொல்ல வந்த கெட்ட செய்தியை இன்னும் சொல்லவில்லை என்று ஊகித்துக்கொண்ட உலகநாதத்தேவர், "இன்றிரவு இங்கே நான் எப்படி இருக்க முடியும்? இரவு நேரத்தில் தப்பிச் சென்றால்தானே செல்லலாம்? எனக்குத் தலைக்குமேலே எத்தனையோ வேலை இருக்கிறதே!" என்றார்.

"அதெல்லாம் எனக்கும் தெரிந்ததுதான். ஆனாலும் நீங்கள் இன்றிரவு போகமுடியாது. இந்தக் கோட்டையைச் சுற்றிலும் உள்ள மலைகளிலும் காடுகளிலும் இன்று இரவெல்லாம் இருநூறு வீரர்கள் தொண்ணூறு நாய்களுடன் உங்களைத் தேடி வேட்டையாடப் போகிறார்கள்!" என்று இளவரசி சொன்னதும், அதுவரையில் பயமென்பதையே இன்னதென்று அறியாத வீரர் உலகநாதத்தேவரின் நெஞ்சில் பீதிப் பிசாசின் நீண்ட விரல் நகங்கள் தோண்டுவதுபோல் இருந்தது.

விரைவிலேயே அந்த உணர்ச்சியைச் சமாளித்துக்கொண்டு "தேடினால் தேடட்டுமே; அவர்களிடம் நான் அகப்பட்டுக்கொள்ள மாட்டேன். அப்படியே அகப்பட்டுக்கொண்டாலும் என்னதான் செய்துவிடுவார்கள்? சாவுக்குப் பயப்படுகிறவன் நானல்ல!" என்றார் தேவர்.

"ஐயா! தாங்கள் சாவுக்குப் பயப்படாதவர் என்பதை நன்கு அறிவேன். நானும் சாவுக்குப் பயப்படவில்லை. ஆனால், தங்களை உயிரோடு பிடிக்க வேண்டுமென்று தீர்மானித்திருக்கிறார்கள். தங்களைப் பிடித்த பிறகு என்ன செய்ய உத்தேசித்திருக்கிறார்கள் என்பதை அறிந்தால், இப்படி அலட்சியமாகப் பேசமாட்டீர்கள்!" என்று மாணிக்கவல்லி சொன்னபோது அவளுடைய குரல் நடுங்கியது.

உலகநாதத் தேவர் பரிகாசம் தொனித்த குரலில் "என்னை உயிரோடு பிடித்து என்னதான் செய்யப் போகிறார்களாம்? பழைய

காலத்துக் கதைகளில் செய்தது போல் பூமியில் குழிவெட்டிப் புதைத்து யானையின் காலால் இடறச் செய்யப் போகிறார்களோ?" என்று கேட்டார்.

"அப்படிச் செய்தால்கூடப் பாதகமில்லை. இன்னும் கொடுமையானக் காரியம் செய்யப்போகிறார்கள். அதைச் சொல்லுவதற்கே என்னால் முடியவில்லை. அவ்வளவு பயங்கரமானக் காரியம்!" என்றாள் மாணிக்கவல்லி.

இவ்விதம் சொல்லியபோதே அவளுடைய உடம்பு நடுங்குவதையும் அவள் முகத்திலே தோன்றிய பயங்கரத்தின் அறிகுறியையும் பார்த்துவிட்டு, உலகநாதத்தேவர் பரிகாசத்தையும் அலட்சிய பாவத்தையும் விட்டுவிடத் தீர்மானித்தார்.

"எந்தவிதப் பயங்கரத் தண்டனையாக இருந்தாலும் இருக்கட்டும், அதற்காக நீ இப்படி மனம் கலங்கவேண்டாம். எல்லாம் சோலைமலை முருகன் சித்தப்படிதான் நடக்கும். இதையெல்லாம் உனக்கு யார் சொன்னார்கள்?" என்று தேவர் கேட்டார்.

"அரண்மனை அந்தப்புரத்தைத் தேடிவந்து வேறு யார் என்னிடம் சொல்லுவார்கள்? என் தகப்பனார்தான் சொன்னார்!" என்று இளவரசி கூறியபோது, அவளுடைய கண்களிலேயிருந்து கண்ணீர் அருவி அருவியாகப் பெருகிற்று.

அந்தக் காட்சியானது உலகநாதத் தேவரின் உள்ளத்தை உருக்கிவிட்டது. தாம் இருந்த அபாயகரமான நிலைமையைக்கூட அவர் மறந்து, இளவரசியின் மீது இரக்கம் கொண்டார். அந்த இரக்க உணர்ச்சியே அழியாத காதலுக்கு விதையாக உருக்கொண்டது.

சட்டென்று தம்முடைய தாய் தந்தையரைப் பற்றிய நினைவு அவருடைய உள்ளத்தில் உதித்தது. மாறனேந்தல் கோட்டை பிடிப்பட்டதோ, என்னவோ? தம்முடைய பெற்றோர்களின் கதி என்னவாயிற்றோ? தன் அருமைத் தம்பியைப் பாவிகள் என்ன செய்தார்களோ? இளவரசியின் விம்மலும் கண்ணீரும் நிற்கும் வரையில் சிறிது பொறுத்திருந்துவிட்டு, "நீ கூறியதிலிருந்து உன் தந்தை திரும்பி வந்துவிட்டார் என்று தெரிகிறது. மாறனேந்தல் கோட்டைப் பற்றி அவர் ஏதும் சொல்லவில்லையா? என் தாய் தந்தையரைப் பற்றி ஒரு செய்தியும் கூறவில்லையா?" என்று கேட்டார்.

"ஐயோ! இந்தப் பாவியின் வாயினால் அதையெல்லாம் எப்படிச் சொல்லுவேன்?" என்று கதறினாள் மாணிக்கவல்லி.

தாம் எதிர்பார்த்த கெட்ட செய்தி இப்போதுதான் வரப்போகிறது என்பதை உணர்ந்த மாறனேந்தல் மன்னர், "மாணிக்கவல்லி! எப்படிப்பட்ட கெட்ட செய்தியானாலும் சொல்லு! நான் எதற்கும் மனங்கலங்க மாட்டேன். உண்மையை அறிந்துகொள்ள என் மனம் துடிக்கிறது" என்றார்.

"ஐயா! தாங்கள் இப்போது மாறனேந்தல் இளவரசர் அல்ல. இன்று முதல் தாங்கள்தான் மாறனேந்தல் மகாராஜா" என்று மாணிக்கவல்லி விம்மிக்கொண்டே கூறினாள்.

இளவரசி கூறியதன் பொருள் இன்னதென்று உலகநாதத் தேவருக்கு விளங்கச் சிறிது நேரம் பிடித்தது. விளங்கியவுடனே தேவரின் தலையில் ஒரு பெரிய மலையே விழுந்ததுபோல் ஆயிற்று.

ஏதோ ஒரு துயரச் செய்தியை அவர் எதிர்பார்த்தவர்தான். என்றாலும், தந்தை இறந்தார் என்னும் செய்தி தனயரை ஓர் ஆட்டம் ஆட்டிவிட்டது! இதுவரையில் நின்றுகொண்டே பேசியவர் திடீரென்று உடல் ஓய்ந்து தரையில் உட்கார்ந்தார். எவ்வளவு அடக்கப் பார்த்தும் முடியாமல் தேம்பலும் விம்மலும் பொங்கி வந்தன.

இளவரசியும் அவரருகில் உட்கார்ந்து அவரைத் தேற்றுவதற்கு முயன்றாள். அப்போது அவ்விருவருடைய கண்ணீரும் கலந்து ஒன்றாகும்படி நேர்ந்தது.

உலகநாதத்தேவர் சீக்கிரத்திலேயே தம்மைத் தேற்றிக் கொண்டார். கொஞ்சங்கொஞ்சமாக இளவரசியைத் தூண்டிக் கேட்டு, அவளுடைய தந்தையின் மூலம் அவள் அறிந்த எல்லா விவரங்களையும் தாமும் நன்றாகத் தெரிந்துகொண்டார்.

9

வெறி முற்றியது!

அன்று பிற்பகலில், அஸ்தமிக்க இன்னும் ஒரு ஜாமம் இருந்தபோது, சோலைமலை இளவரசி தன்னுடைய படுக்கையறை மஞ்சத்தில் விரித்திருந்த பட்டு மெத்தையில் படுத்து அப்படியும் இப்படியும் புரண்டுகொண்டிருந்தாள். சூரியன் எப்போது மலைவாயில் விழுந்து தொலையும், எப்போது சந்திரன் குன்றின் மேலே உதயமாகும் என்று

அவளுடைய இதயம் ஏங்கித் துடித்துக்கொண்டிருந்தது. இளம்பிராயம் முதல் மாணிக்கவல்லியை எடுத்து வளர்த்து உயிருக்குயிராய்க் காப்பாற்றி வந்த செவிலித்தாய் அப்போது அங்கு வந்தாள். மாணிக்கவல்லியின் நிலையைப் பார்த்துவிட்டு, "அம்மணி! ஏதாவது உடம்புக்கு வந்திருக்கிறதா? முகம் ஒரு மாதிரி பளபளவென்று இருக்கிறதே? கண் சிவந்திருக்கிறதே?" என்று கேட்டாள்.

"ஆமாம், வீரம்மா! உடம்பு சரியாகத்தான் இல்லை. அதோடு மனமும் சரியாக இல்லை!" என்றாள் இளவரசி.

"உடம்பு சரியில்லாவிட்டால், மகாராஜா வந்ததும் வைத்தியனைக் கூப்பிட்டுப் பார்க்கச் சொல்லலாம். ஆனால் மனத்தில் என்ன வந்தது? ஏதாவது கவலையா, கஷ்டமா? குறையா குற்றமா? மகாராஜா அப்படியெல்லாம் உனக்கு ஒரு குறையும் வைக்கவில்லையே? கண்ணுக்குக் கண்ணாய் வைத்து உன்னைக் காப்பாற்றி வருகிறாரே?" என்று வீரம்மா கேட்டாள்.

"அப்பா எனக்கு ஒரு குறையும் வைக்கவில்லைதான். என்னைப் பற்றிய கவலை ஒன்றுமில்லை. சற்று முன்னால் மாறனேந்தல் சண்டையைப் பற்றி ஞாபகம் வந்தது. அதனால் வருத்தமாயிருக்கிறது" என்றாள் இளவரசி.

"லட்சணந்தான், போ. மாறனேந்தல் சண்டைக்கும் உனக்கும் என்ன வந்தது? அதைப்பற்றி நீ ஏன் வருத்தப்பட வேண்டும்?" என்று கேட்டாள் வீரம்மா.

"ஏன் என்று நீயே கேட்கிறாயே? மாறனேந்தல் மகாராஜா குடும்பத்தைப் பற்றி நீதானே வருத்தப்பட்டாய்? மாறனேந்தல் கோட்டையை நம்முடைய வீரர்களும் வெள்ளைக்காரர்களும் சேர்ந்து முற்றுகை போட்டிருக்கிறார்களாமே? மாறனேந்தல் மகாராஜாவுக்கும் அவருடைய குடும்பத்துக்கும் என்ன கதி நேர்ந்ததோ என்று நினைத்தால் வருத்தமாயிருக்கிறது" என்றாள் மாணிக்கவல்லி.

"அதற்காக நீயும் நானும் வருத்தப்பட்டு என்ன செய்வது, கண்ணே! எல்லாம் விதியின்படி நடக்கும். ஐந்தாறு வருஷத்துக்கு முன்னால் இரண்டு வம்சத்தாரும் எவ்வளவோ ஒற்றுமையாய் இருந்தார்கள். அக்கரைச் சீமையிலிருந்து தலையிலே கூடையைக் கவிழ்த்துக்கொண்டு இந்த வெள்ளைக்காரச் சாதியார் வந்த பிறகுதான் இரண்டு வம்சங்களுக்கும் இப்படிப்பட்ட விரோதம் ஏற்பட்டது. மூன்று மாதத்துக்கு முன்னாலே கூட என் தங்கச்சியைப்

பார்க்க மாறனேந்தல் போயிருந்தேன். அங்கு எல்லாரும் உலகநாதத் தேவரைப் பற்றி எவ்வளவு பெருமையாகப் பேசிக்கொள்கிறார்கள் தெரியுமா? மன்மதன் மாதிரி லட்சணமாம்! குணத்திலே தங்கக் கம்பியாம்! அவர் வாயைத் திறந்து இரண்டு வார்த்தைகள் பேசினால் பசி தீர்ந்துவிடுமாம்!..."

"போதும் வீரம்மா, போதும்! இப்படியெல்லாம் பேசிப் பேசித்தான் என் மனத்தில் என்னவெல்லாம் ஆசையை நீ கிளப்பி விட்டுவிட்டாய்?"

"அதற்கென்ன செய்யலாம், கண்ணே! உலகமெல்லாம் தேடினாலும் உலகநாதத் தேவரைப் போன்ற மாப்பிள்ளை கிடைப்பது சிரமம். அப்படிப்பட்டவருக்கு வாழ்க்கைப்பட நீ கொடுத்து வைக்கவில்லை. இரண்டு ராஜ்யங்களுக்கும் ராணியாகும் பாக்கியம் உனக்குக் கிடைக்கவில்லை. வெள்ளம் தலைக்குமேல் போய்விட்டது. நான் சொன்னதை எல்லாம் அடியோடு மறந்துவிடு!..."

"சொல்லுவதையெல்லாம் சொல்லிவிட்டு, 'மறந்து போய்விடு' என்று சொன்னால் எப்படி மறக்க முடியும் வீரம்மா? அது போகட்டும்; சண்டை சமாசாரம் ஏதாவது உனக்குத் தெரியுமா? தெரிந்தால் சொல்லு" என்று இளவரசி கேட்டாள்.

"மாறனேந்தல் கோட்டை இன்று காலையே பிடிபட்டுவிட்டது என்று சொல்லிக்கொள்கிறார்கள். பாவம்! மாறனேந்தல் மகாராஜாவும் மகாராணியும் இரண்டு ராஜகுமாரர்களும் என்ன கதி அடைந்தார்களோ?" என்று வீரம்மா சொல்லிக்கொண்டிருந்தபோது, சோலைமலை மகாராஜாவின் பாதரட்சைச் சத்தம் சமீபத்தில் 'கிறீச் கிறீச்' என்று கேட்டது. உடனே வீரம்மா தன் வாயை மூடி அதன்மேல் விரலை வைத்து, 'பேசாதே!' என்று சமிக்ஞை காட்டிவிட்டு அங்கிருந்து சென்றாள்.

மகாராஜா அறைக்குள்ளே வந்ததும் இளவரசி எழுந்து நின்று வணங்கினாள். "மாணிக்கம்! ஏன் முகம் ஒரு மாதிரி இருக்கிறது?" என்று மகாராஜா கேட்டார்.

மாணிக்கவல்லி உள்ளுக்குள் பயத்துடனே, "ஒன்றுமில்லை, அப்பா!" என்று சொன்னாள்.

"ஒன்றுமில்லையென்றால் முகம் ஏன் வாடியிருக்கிறது? வீரம்மா எங்கே? அவள் உன்னைச் சரியாகக் கவனித்துக் கொள்வதில்லைபோல் இருக்கிறது" என்று கோபக்குரலில் மகாராஜா கூறினார்.

"இல்லை, அப்பா! வீரம்மா எப்போதும் என்னுடனே தான் இருக்கிறாள். சற்றுமுன்கூட இங்கே இருந்தாள். நீங்கள் வரும் சத்தம் கேட்ட பிறகுதான் சமையற்கட்டுக்குச் சென்றாள். அப்பா! முன்னேயெல்லாம் நீங்கள் அடிக்கடி என்னைப் பார்க்க வருவீர்கள். என்னுடன் பேசிக்கொண்டிருப்பீர்கள். என்னைக் கதை வாசிக்கச் சொல்லிக் கேட்பீர்கள். அங்கே இங்கே அழைத்துப் போவீர்கள்! இப்போதெல்லாம் நீங்கள் என்னைப் பார்க்க வருவதேயில்லை. வந்தாலும் நின்றபடியே இரண்டு வார்த்தைப் பேசிவிட்டுப் போய்விடுகிறீர்கள். எனக்குப் பொழுதே போகிறதே இல்லை. அதனாலேதான் உடம்பும் ஒரு மாதிரி இருக்கிறது" என்றாள் மாணிக்கவல்லி.

"ஆமாம், குழந்தை! நீ சொல்வது மெய்தான். இப்போது நான் எடுத்திருக்கும் காரியம் மட்டும் ஜயத்துடன் முடியட்டும்; அப்புறம் முன்போல் அடிக்கடி இங்கே வந்து உன்னுடன் பேசிக் கொண்டிருப்பேன். உனக்குத் தகுந்த மாப்பிள்ளை கூடிய சீக்கிரம் நான் பார்த்தாக வேண்டும். இந்தச் சண்டை முடிந்த உடனே அதுதான் எனக்குக் காரியம்" என்று மகாராஜா சொல்லிவிட்டுப் புன்னகை புரிந்தார்.

இளவரசி முகத்தைச் சுளித்துக்கொண்டு, "அதற்கு அவசரம் ஒன்றுமில்லை, அப்பா! உங்களை விட்டுப் பிரிந்து எங்கேயாவது தொலைதூரத்துக்குப் போவதற்கு எனக்கு மனமில்லை. ஆனால், சண்டை இன்னமும் முடியவில்லையா? மாறனேந்தல் கோட்டை இன்று காலை பிடிபட்டுவிட்டதென்று வீரம்மா சொன்னாளே?" என்றாள்.

"ஆமாம், கோட்டை பிடிபட்டுவிட்டது. அந்த மடையன் மாறனேந்தல் மகாராஜாவும் கடைசியில் தன்னந்தனியாக வாளேந்திச் சண்டைபோட்டுச் செத்தொழிந்தான். ஆனால், நான் எந்தக் களவாடித் திருட்டுப் பயலைப் பிடிக்கவேண்டும் என்று எண்ணியிருந்தேனோ, அவன் பிடிபடவில்லை. இரவுக்கிரவே தப்பி ஓடிவிட்டான். ஆனாலும் எங்கே ஓடிவிடப் போகிறான்? எப்படியும் அகப்பட்டுக்கொள்வான்! அவன் மட்டும் என் கையில் சிக்கும்போது..." என்று சொல்லிச் சோலைமலை மகாராஜா பற்களை 'நறநற'வென்று கடித்தார்.

இளவரசி சகிக்க முடியாத மனவேதனை அடைந்தாள். அதை வெளிக்காட்டிக்கொள்ள முடியாததனால் வேதனை அதிகமாயிற்று. பேச்சை மாற்ற விரும்பி, "மகாராணியும் இரண்டாவது பிள்ளையும் என்ன ஆனார்கள்?" என்று கேட்டாள்.

"அவர்கள் இருவரையும் வெள்ளைக்காரத் தடியர்கள் கைப்பற்றிக் கொண்டார்கள். அவர்களைச் சென்னைப் பட்டணத்துக் கோட்டைக்குப் பந்தோபஸ்துடன் அனுப்பிவைக்கப் போகிறார்களாம்! இல்லாவிட்டால் அங்கேயிருக்கும் பெரிய துரை கோபித்துக் கொள்வாராம்! அவர்களை மட்டும் என்னிடம் ஒப்படைத்திருந்தால் இந்தத் திருட்டுப்பயல் உலகநாதத்தேவன் எங்கே போனான் என்பதை அவர்கள் வாய்மொழியாகவே கறந்திருப்பேன். இப்போதுதான் என்ன? அவன் நேற்று இரவு நமது கோட்டைக்கு அருகாமையில் வந்தவரைக்கும் தடையம் கிடைத்திருக்கிறது. நமது கோட்டையைச் சுற்றியுள்ள காடு மலைகளிலேதான் அவன் ஒளிந்திருக்க வேண்டும். இன்று இரவு இருநூறு ஆட்கள் தொண்ணூறு நாய்களுடன் அவனை வேட்டையாடப் போகிறார்கள். அவன் எப்படித் தப்புவான் என்று பார்க்கலாம்!"

இவ்விதம் சொல்லி மகாராஜா, "ஹா, ஹா, ஹா" என்று சிரித்தது, பேய்களின் சிரிப்பைப்போல் பயங்கரமாக ஒலித்தது.

மாணிக்கவல்லியின் உள்ளத்தை அரித்துக்கொண்டிருந்த வேதனை, கவலை இவற்றுடன் இப்போது ஆவலும் பரபரப்பும் சேர்ந்துகொண்டன.

"மாறனேந்தல் இளவரசர் அகப்பட்டால் அவரை நீங்கள் என்ன செய்வீர்கள் அப்பா?" என்று கேட்டாள்.

"நல்ல கேள்வி கேட்டாய், மாணிக்கம்! நல்ல கேள்வி! அதைப் பற்றித்தான் நானும் யோசித்துக் கொண்டிருந்தேன். யோசித்து ஒரு முடிவும் செய்துவிட்டேன். அவனை நமது கோட்டை வாசலுக்கு அப்பாலுள்ள ஆலமரத்தின் கிளையில் தூக்குப் போடப் போகிறேன். தூக்கில் மாட்டியவுடனே அவன் செத்துவிடுவான். ஆனாலும், அவன் உடலை மரக்கிளையிலிருந்து இறக்கமாட்டேன். அங்கேயே அவன் தொங்கிக்கொண்டிருப்பான். கழுகும் காக்கையும் அவன் சதையைக் கொத்தித் தின்றபிறகு எலும்புக்கூட்டைக்கூட எடுக்க மாட்டேன்! சோலைமலை மகாராஜாவை அவமதித்தவனுடைய கதி என்ன ஆகும் என்பதை உலகம் எல்லாம் அறியும்படி, அவனுடைய எலும்புக்கூடு ஒரு வருஷமாவது நமது கோட்டை வாசலில் தொங்கவேண்டும்!" என்றார் மகாராஜா.

சொல்லமுடியாத பயங்கரத்தையும் அருவருப்பையும் அடைந்த மாணிக்கவல்லி கம்மிய குரலில், "அப்பா! இது என்ன கோரமான பேச்சு?" என்றாள்.

"பேச்சு இல்லை, மாணிக்கம்! வெறும் பேச்சு இல்லை! நான் சொன்னபடியே செய்கிறேனா, இல்லையா என்று பார்த்துக் கொண்டிரு! இதோ, நான் போய் இராத்திரி வேட்டைக்கு ஆயத்தம் செய்யவேண்டும். நீ என் உடம்பைக் கவனமாகப் பார்த்துக்கொள். வீரம்மா உன்னைச் சரியாகக் கவனித்துக்கொள்ளாவிட்டால், அந்தக் கழுதையைக் கழுத்தைப் பிடித்துத் தள்ளிவிட்டு வேறொருத்தியை வைக்கிறேன், தெரிகிறதா?" என்று சொல்லிவிட்டுச் சோலைமலை மகாராஜா மறுபடியும் பாதரட்சை 'கிறீச் கிறீச்' என்று சப்திக்க வெளியேறினார்.

மகாராஜா போனபிறகு இளவரசி சிறிது நேரம் பிரமை பிடித்தவள் போல் உட்கார்ந்திருந்தாள். கொஞ்சங்கொஞ்சமாகப் பிரமை நீங்கிப் புத்தி தெளிவடைந்தது.

இன்று முதல் மாறனேந்தல் மகாராஜாவாகிவிட்ட உலகநாதத் தேவருக்கு நேர்ந்துள்ள பெரிய அபாயத்தை நினைக்கநினைக்க அவரை அந்த அபாயத்திலிருந்து எப்படியாவது தப்புவிக்க வேண்டும் என்பதில் அவளுடைய உறுதி வலுவடைந்தது.

அன்று காலையிலேயே அவளுடைய உள்ளத்தில் உதித்திருந்த காதல் வெறி வளர்ந்து முதிர்ந்தது.

யோசித்து யோசித்துப் பார்த்து, உலகநாதத் தேவரைக் காப்பாற்ற ஒரே ஒரு வழிதான் உண்டு என்பதை அவள் உணர்ந்தாள். அவரைச் சிலநாள் வரையில் கோட்டைக்குள்ளேயே இருக்கும்படி செய்தாக வேண்டும். தந்தையின் கோபம் சிறிது தணிந்தபிறகு, அவருக்குத் தன்னிடம் உள்ள அன்பைப் பயன்படுத்தி, அவருடைய பழிவாங்கும் உத்தேசத்தைக் கைவிடச் செய்யவேண்டும். இந்த வழியைத் தவிர வேறுவழி கிடையாது என்று இளவரசி உறுதி செய்துகொண்டாள். பிறகு முன்னைவிட அதிக ஆவலுடன் அவள் இரவை எதிர்பார்த்துக் கொண்டிருந்தாள்.

10

ஆண்டவன் சித்தம்

கொஞ்சம் கொஞ்சமாக மாணிக்கவல்லியிடமிருந்து முன் அத்தியாயத்தில் கூறிய விவரங்களையெல்லாம் மகாராஜா உலகநாதத்தேவர் கேட்டுத் தெரிந்துகொண்டார். சிறிதுநேரம்

சிந்தனையில் ஆழ்ந்து சும்மா இருந்த பிறகு இளவரசியை ஏறிட்டுப் பார்த்து, "உன் தந்தை என்னைப் பற்றி என்ன எண்ணியிருக்கிறார்? என்பேரில் எவ்வளவு வன்மம் வைத்திருக்கிறார் என்று தெரிந்திருந்தும் என்னை இங்கே இருக்க வேண்டுமென்று சொல்லுகிறாயா?" என்று கேட்டார்.

"முக்கியமாக அதனாலேதான் உங்களை இங்கேயே இருக்கச் சொல்லுகிறேன். இந்தக் கோட்டையில் இருந்தால்தான் நீங்கள் உயிர்த் தப்பிப் பிழைக்கலாம்" என்றாள் இளவரசி மாணிக்கவல்லி.

"எப்படியாவது உயிர்த் தப்பிப் பிழைத்தால் போதும் என்று ஆசைப்படுகிறவன் என்பதாக என்னை நீ நினைக்கிறாயா? மறவர் குலத்தில் இதற்குமுன் எத்தனையோ வீராதி வீரர்கள் இருந்திருக்கிறார்கள். மதுரைச் சிம்மாசனத்தில் அமர்ந்து குமரிமுனை முதல் இயமமலை வரையில் வீர பாண்டிய மன்னர்கள் அரசு புரிந்து மறவர் குலத்துக்கு என்றும் அழியாதப் புகழைத் தந்திருக்கிறார்கள். அவர்களையெல்லாம் போன்ற மகாவீரன் என்பதாக என்னை நான் சொல்லிக்கொள்ளவில்லை. ஆயினும் உயிருக்குப் பயந்து ஒளிந்து கொள்ளக்கூடிய அவ்வளவு கேவலமான கோழை அல்ல நான். வீர மறவர் குலத்துக்கும், புராதன மாறனேந்தல் வம்சத்துக்கும், அப்படிப்பட்ட களங்கத்தை நான் உண்டாக்கக்கூடியவன் அல்ல..."

உலகநாதத்தேவர் மேலே பேசிக்கொண்டு போவதற்கு முன்னால் சோலைமலை இளவரசி குறுக்கிட்டு, "ஐயா! அதோ குன்றின்மேல் தெரியும் சந்திரன் சாட்சியாகச் சொல்லுகிறேன்; தங்களை உயிருக்குப் பயந்தவர் என்றோ, வீரமில்லாத கோழை என்றோ நான் ஒரு கணமும் நினைக்கவில்லை. எனக்கு உயிர்ப்பிச்சை அளியுங்கள் என்றுதான் தங்களை வேண்டிக்கொள்கிறேன். தங்களுக்கு ஏதாவது அபாயம் நேர்ந்தது என்று தெரிந்தால் அதற்குப் பிறகு என்னால் ஒரு நிமிஷமும் உயிர் வைத்துக்கொண்டிருக்க முடியாது. அப்படி இன்றைக்கே நீங்கள் கட்டாயம் போகத்தான் வேண்டுமென்றால் என்னையும் தங்களுடன் அவசியம் அழைத்துக்கொண்டு போகவேண்டும். தங்களுக்கு ஆகிறது எனக்கும் ஆகட்டும்!" என்றாள்.

அப்போது உலகநாதத் தேவருக்கும் பூமி தம்முடைய காலின் கீழிருந்து நழுவிச் சென்றுவிட்டது போலவும், தாம் அந்தரத்தில் மிதப்பது போலவும் தோன்றியது. தம்முடைய காதில் விழுந்த வார்த்தைகள் தாம் உண்மையாகக் கேட்டவைதானா, அவற்றைச் சொன்னது இதோ தம் எதிரில் இருக்கும் திவ்ய சௌந்தரியவதியின்

செவ்விதழ்தானா என்ற சந்தேகத்தினால் அவருடைய தலை சுழன்றது.

சற்றுப் பொறுத்து, "நீ சொன்னதை இன்னொரு தடவை சொல்லு! என் செவிகள் கேட்டதை என்னால் நம்பமுடியவில்லை!" என்றார் மாறனேந்தல் மன்னர்.

"ஏன் நம்பமுடியவில்லை? நிஜந்தான்; நம்ப முடியாதுதான். என் தகப்பனாரைப் பற்றி நானே அவ்வளவு சொன்னபிறகு, அவருடைய மகளை நம்புங்கள் என்றால் எப்படி நம்ப முடியும்? என் வார்த்தையில் உங்களுக்கு நம்பிக்கை உண்டாகாதுதான். எந்தச் சமயத்தில், என்ன துரோகம் செய்துவிடுவேனோ என்று சந்தேகப்படுவதும் இயல்புதான். அப்படியானால், உங்கள் இடுப்பில் செருகியிருக்கும் கத்தியை எடுத்து என் நெஞ்சில் செலுத்தி ஒரேயடியாக என்னைக் கொன்றுவிட்டுப் போய்விடுங்கள் அதன் பிறகாவது என்னிடம் உங்களுக்கு நம்பிக்கைப் பிறக்குமல்லவா? அதுவே எனக்குப் போதும்?" அடிக்கடித் தேம்பிக்கொண்டே மேற்கண்டவாறு பேசிவந்த மாணிக்கவல்லியை இடையில் தடுத்து நிறுத்த உலகநாதத்தேவரால் முடியவில்லை. அவளாகப் பேச்சை நிறுத்திவிட்டுக் கண்ணீரை மறைப்பதற்காக வேறுபக்கம் பார்த்தப் பிறகுதான் அவரால் பேச முடிந்தது.

"இளவரசி! என்ன வார்த்தைப் பேசுகிறாய்? உன்னிடம் எனக்கு நம்பிக்கையில்லையென்று நான் சொல்லவேயில்லையே? நீ கூறிய விஷயம் அவ்வளவு அதிசயமாக இருந்தபடியால், 'என்னுடைய காதை என்னால் நம்ப முடியவில்லை' என்றுதானே சொன்னேன்? என் கண்ணே! இதோ பார்!" என்று கூறிய வண்ணம், பூஜைக்குரிய புஷ்பத்தை ஒரு பக்தன் பூச்செடியிலிருந்து எவ்வளவு மென்மையாகத் தொட்டுப் பறிப்பானோ அவ்வளவு மென்மையாக உலகநாதத்தேவர் இளவரசியின் மோவாயைப் பற்றி, அவள் முகத்தைத் தம் பக்கம் திருப்பிக்கொண்டார். "இன்னொரு தடவை சொல்! உன்னைப் பெற்று வளர்த்து எவ்வளவோ அருமையாகக் காப்பாற்றி வரும் தகப்பனாரையும், இந்தப் பெரிய அரண்மனையையும் இதிலுள்ள சகல சம்பத்துக்களையும் சுகபோகங்களையும் விட்டுவிட்டு, இன்று காலையிலேதான் முதன்முதலாகப் பார்த்த ஓர் அநாதையோடு புறப்பட்டு வருகிறேன் என்றா சொல்கிறாய்?" என்றார்.

"ஆமாம்; அப்படித்தான் சொல்கிறேன். ஒரு வேளை எனக்குப் பைத்தியந்தான் பிடித்துவிட்டதோ? என்னமோ, இன்று காலையிலேதான் உங்களை நான் முதன்முதலாகப் பார்த்திருந்தாலும், எத்தனையோ காலமாக உங்களைப் பார்த்துப் பேசிப் பழகியது

போலிருக்கிறது. உங்களைவிட்டு ஒரு நிமிஷமும் என்னால் பிரிந்திருக்க முடியாது என்று தோன்றுகிறது. உங்களுக்கு வேண்டியவர்கள் எல்லோரும் எனக்கும் வேண்டியவர்கள்; உங்களுடைய விரோதிகள் எல்லாரும் எனக்கும் விரோதிகள் என்பதாகவும் தோன்றுகிறது. இன்று சாயங்காலத்திலிருந்து என்னுடைய தகப்பனாரின் மேலேயே கோபமாயிருக்கிறது!"

"இளவரசி! வேண்டாம்! இந்த மாதிரி தெய்வீகமான அன்பைப் பெறுவதற்கு நான் எந்த விதத்திலும் தகுதியுடையவனல்ல. எவ்வளவோ கஷ்டப்பட வேண்டியவன் நான்; துன்பமும் துயரமும் அனுபவிப்பதற்காகவே பிறந்திருக்கும் துரதிருஷ்டசாலி. கட்டத் துணியில்லாத ஆண்டிப் பரதேசியைப் பார்த்து, 'உனக்கு சாம்ராஜ்ய பட்டாபிஷேகம் செய்து வைக்கிறேன்' என்று சொன்னால் அது தகுதியாயிருக்குமா? கடவுளுக்குத்தான் பொறுக்குமா?"

"கடவுளுக்குப் பொறுக்காது என்று ஏன் சொல்லுகிறீர்கள்? ஆண்டவனுடைய சித்தம் நம் இருவரையும் ஒன்று சேர்க்கவேண்டும் என்று இருந்திராவிட்டால் இந்த மாதிரியெல்லாம் நடந்திருக்குமா? உங்களுக்கு ஏன் எதிரியின் கோட்டைக்குள்ளே ஒளிந்துகொள்ள வேண்டுமென்று தோன்றுகிறது? நான் எதற்காக இராத்திரியெல்லாம் தூக்கம் பிடிக்காமல் புரண்டுகொண்டிருந்துவிட்டு அதிகாலை நேரத்தில் தோட்டத்தில் பூப்பறிப்பதற்காக வருகிறேன்? சோலைமலை முருகனுடைய சித்தத்தினாலேயே இவ்விதமெல்லாம் நடந்திருக்கவேண்டும். ஆண்டவனுடைய சித்தத்துக்கு விரோதமாகத் தாங்கள்தான் பேசுகிறீர்கள்!"

"இளவரசி நீ என்னதான் சொன்னாலும் சரி; எப்படித்தான் வாதாடினாலும் சரி; பயங்கரமான அபாயங்கள் நிறைந்த மகாசமுத்திரத்தில் குதிக்கப்போகும் நான், கள்ளங்கபடமற்ற ஒரு பெண்ணையும் என்னோடு இழுத்துக்கொண்டு குதிக்கமாட்டேன். அத்தகைய கல் நெஞ்சமுடைய கிராதகன் அல்ல நான்!"

"அப்படியானால் நான் சொல்வதைக் கேளுங்கள். இங்கேயே இன்னும் சில நாள் தங்கியிருங்கள். உங்களுக்கும் அபாயம் ஏற்படாது; எனக்கும் கஷ்டம் இல்லை."

"அது எப்படி மாணிக்கவல்லி? உன் தகப்பனார் என்னை அவ்வளவு கொடுமையாகத் தண்டிக்க எண்ணி இருக்கும்போது இந்தக் கோட்டைக்குள்ளே நான் தங்கியிருப்பது எப்படிப் பத்திரமாகும்? இங்கே இருப்பதுதான் எனக்கு ரொம்பவும் அபாயம் என்பது உனக்குத் தெரியவில்லையா?"

இதைக்கேட்ட மாணிக்கவல்லி, உலகநாதத் தேவரைக் கம்பீரமாக ஏறிட்டுப் பார்த்துக் கூறினாள்: "ஐயா! என் தகப்பனார் மிகவும் பொல்லாதவர்தான்; மூர்க்க குணம் உள்ளவர்தான். உங்களிடம் அவர் அளவில்லாத கோபம் கொண்டிருப்பது உண்மையே. ஆனாலும் அவருக்கு என்னிடம் மிக்க அன்பு உண்டு. அவருடைய ஏக புதல்வி நான் தாயில்லாப் பெண். என்னை அவருடைய கண்ணுக்குள் இருக்கும் மணி என்று கருதிக் காப்பாற்றி வருகிறார். அவர் கோபவெறியில் இருக்கும்போது அவருடன் பேசுவதில் பிரயோஜனம் ஒன்றும் இல்லை. ஆனால், கொஞ்சம் சாந்தம் அடைந்திருக்கும் சமயம் பார்த்துப் பேசி அவருடைய மனத்தை மாற்றிவிடலாம் என்ற நம்பிக்கை எனக்கு இருக்கிறது. இத்தனை காலமும் நான் கேட்டதை அவர் 'இல்லை' என்று சொன்னதில்லை. உங்கள் விஷயத்திலும் அவருடைய மனத்தை மாற்ற என்னால் முடியும். நிச்சயமாக முடியும் என்ற தைரியம் எனக்கு இருக்கிறது. அதற்கு நீங்கள் மட்டும் உதவி செய்ய வேண்டும். நான் சொல்கிற வரையில் இங்கேயே இருக்க வேண்டும்."

"நீ சொல்லுகிறபடி இங்கேயே இருப்பதற்கு நான் இஷ்டப்பட்டாலும் அது எப்படிச் சாத்தியம்! இந்த அரண்மனைத் தோட்டத்தில் நான் ஒருவர் கண்ணிலும் படாமல் காலங்கழிக்க முடியுமா? தோட்டக்காரர்கள் வேலைக்காரர்கள் வரமாட்டார்களா? வேளைக்கு வேளை நீ எனக்கு சாப்பாடு கொண்டுவந்து போட்டுக் கொண்டிருக்க முடியுமா? திடீரென்று என்றாவது ஒருநாள் உன் தகப்பனார் இங்கே வந்து என்னைப் பார்த்துவிட்டால், அல்லது நீயும் நானும் பேசிக்கொண்டிருப்பதைக் கவனித்துவிட்டால் எவ்வளவு விபரீதமாக முடியும்? இளவரசி! கொஞ்சம் யோசித்துப் பார்! உனக்கும் கஷ்டத்தை உண்டாக்கிக் கொண்டு என்னையும் வீணான ஆபத்துக்கு உள்ளாக்காதே..." என்று உலகநாதத்தேவர் சொல்லி வந்தபோது இளவரசி குறுக்கிட்டுப் பேசினாள்:

"நான் எல்லாவற்றையும் மிக நன்றாக யோசித்து விட்டுத்தான் சொல்லுகிறேன். தங்களுடைய பத்திரத்தைப் பற்றித் தாங்கள் கவலைப்பட வேண்டாம். இந்தப் பெரிய அரண்மனைக்குப் பின்னால் 'சின்ன நாச்சியார் அரண்மனை' என்று ஒரு கட்டிடம் இருக்கிறது. அது வெகுகாலமாகப் பூட்டிக் கிடக்கிறது. எங்கள் வம்சத்தில் நூறு வருஷத்துக்கு முன்னால் அரசாண்ட மகாராஜா என் பட்டனாருக்குப் பாட்டனார் தம்முடைய சின்ன ராணியின் பேரில் ஏதோ சந்தேகப்பட்டு அந்த அரண்மனையில் அவளைத் தனியாகப்

பூட்டி வைத்திருந்தாராம். அதற்குப் பிறகு அங்கே யாரும் வசித்தது கிடையாதாம். அந்த அரண்மனையின் சாவி என்னிடம் இருக்கிறது. தாங்கள் அங்கே பத்திரமாக இருக்கலாம். அப்பா கோட்டையில் இல்லாத நாட்களில் இருட்டிய பிறகு நாம் சந்திக்கலாம். என்னுடைய செவிலித் தாய் வீரம்மா எனக்காக உயிரைக் கொடுக்கக்கூடியவள்; உங்களிடமும் அவளுக்கு ரொம்ப மரியாதை உண்டு. உங்களைப் பற்றி இந்திரன், சந்திரன் என்றெல்லாம் என்னிடம் புகழ்ந்து பேசியிருக்கிறாள். அவள் மூலமாகத் தங்களுக்குச் சாப்பாடு அனுப்புகிறேன். அந்த ஏற்பாட்டையெல்லாம் என்னிடம் விட்டுவிடுங்கள். நான் சொல்லுகிறபடி கொஞ்சகாலம் இங்கே இருப்பதாக மட்டும் தாங்கள் ஒப்புக்கொள்ளுங்கள்...!"

இப்படி இளவரசி சொல்லிக்கொண்டிருந்தபோது கோட்டை மதிலுக்கு அப்பால் வேட்டை நாய்கள் உறுமுகின்ற சத்தம் கேட்டது. அதைத் தொடர்ந்து நாய்கள் குரைக்கும் சத்தமும் கேட்டது.

இளவரசி சட்டென்று உலகநாதத் தேவரின் இரண்டு கரங்களையும் கெட்டியாகப் பற்றிக்கொண்டாள். அவளுடைய உடம்பெல்லாம் அப்போது நடுங்கியதை உலகநாதத் தேவர் உணர்ந்தார். அவளுடைய மார்பு 'படபட'வென்று அடித்துக்கொண்ட சத்தங்கூடத் தேவரின் காதில் இலேசாகக் கேட்டது.

"அதோ நாய் குரைக்கிறதே; அந்த இடத்திற்குச் சமீபமாகத்தானே தாங்கள் கோட்டை மதிலைத் தாண்டிக் குதித்தீர்கள்?" என்று மாணிக்கவல்லி நடுக்கத்துடன் கேட்டதற்கு, உலகநாதத்தேவர், "ஆமாம்" என்று கம்மிய குரலில் விடையளித்தார்.

வேட்டை நாய்கள் மேலும் குரைத்தன. அவற்றை யாரோ அதட்டி உசுப்பிய சத்தமும் அவர்களுக்குக் கேட்டது.

மாணிக்கவல்லி முன்னைவிடக் கெட்டியாக உலகநாதத்தேவரின் கைகளைப் பிடித்துக்கொண்டு கண்ணீர்த் ததும்பிய கண்களால் அவரைப் பார்த்து, "ஐயா! தங்களை ரொம்பவும் கெஞ்சிக் கேட்டுக்கொள்கிறேன். தங்களுடைய ஜன்ம விரோதியின் மகளாயிருந்தாலும் இன்றைக்கு ஒருநாள் மட்டுமாவது என்னை நம்புங்கள். இன்று இராத்திரி நீங்கள் வெளியே போகவேண்டாம்!" என்று கல்லும் கரையும் குரலில் கேட்டுக்கொண்டாள்.

ஏற்கனவே, உள்ளம் கனிந்து ஊனும் உருகிப்போயிருந்த மாறனேந்தல் மகாராஜா மேற்படி வேண்டுகோளைக் கேட்டதும், "இன்று ஒருநாள் மட்டுமல்ல; இனி என்றைக்குமே உன் விருப்பந்தான் எனக்குக் கட்டளை. நீ என் ஜன்ம விரோதியின் மகள்

அல்ல; அன்பினால் என்னை அடிமை கொண்ட அரசி; 'போகலாம்' என்று நீ சொல்லுகிற வரையில் நான் இங்கிருந்து போகவில்லை!" என்றார்.

இதைக்கேட்ட மாணிக்கவல்லி உணர்ச்சி மிகுதியால் நினைவை இழந்து மாறனேந்தல் அரசரின் மடியில் சாய்ந்தாள்!

11

அரண்மனைச் சிறை

மறுநாள் காலையில் குமாரலிங்கம் உறக்கம் நீங்கிக் கண்விழித்து எழுந்தபோது, சூரியன் உதயமாகி மலைக்கு மேலே வெகுதூரம் வந்திருப்பதைப் பார்த்தான். 'அப்பா! இவ்வளவு நேரமா தூங்கிவிட்டோம்! பல தினங்கள் தூக்கமில்லாமல் அலைந்ததற்குப் பதிலாக இப்போது வட்டி சேர்த்துத் தூங்குகிறோம் போல் இருக்கிறது' என்று எண்ணித் தனக்குத்தானே நகைத்துக் கொண்டான்.

சுற்று முற்றும் பார்த்து, தான் படுத்திருந்த இடத்தைக் கவனித்ததும் அவனுடைய நகைப்புத் தடைபட்டது. முதல் நாள் காலையில் தான் படுத்துத் தூங்கிய வஸந்த மண்டபம் அல்ல அது என்பதையும், அந்தப் பழைய கோட்டைக்குள்ளே இடிந்து கிடந்த பல பாழுங் கட்டிடங்களில் ஒன்றின்மேல் மச்சுத்தளம் அது என்றும் தெரிந்துகொண்டதும் அவனுக்கு ஒரே வியப்பும் திகைப்புமாய்ப் போய்விட்டது.

நேற்றிரவுதான் இந்தக் கட்டிடத்துக்கு வந்து, மேல்தளத்தில் ஏறிப் படுத்துக்கொண்டதாகவே அவனுக்கு ஞாபகம் வரவில்லை. உறக்கக் கலக்கத்தோடு அங்குமிங்கும் அலைந்து கொண்டிருக்கையில் தற்செயலாக இங்கே வந்ததும் படுத்துத் தூங்கிப் போயிருக்க வேண்டும்!

இது என்ன கட்டிடமாயிருக்கும்? ஒருவேளை...? ஆகா? சந்தேகம் என்ன? 'சின்ன நாச்சியார் அரண்மனை' என்பது இதுவாகத்தான் இருக்கவேண்டும்.

பிறகு ஒவ்வொன்றாக இரவில் கனவிலே கண்ட நிகழ்ச்சிகள், கேட்ட சம்பாஷணைகள் எல்லாம் குமுறிக்கொண்டு ஞாபகம் வந்தன. உண்மையில் அவ்வளவும் கனவுதானா? கனவு என்றால்,

அனுபவங்கள் எல்லாம் அவ்வளவு உண்மைப் போலத் தோன்றுமா? ஒரே நாள் இரவில் பத்துப் பதினைந்து தினங்களின் நிகழ்ச்சிகளை உண்மைபோல் உணர்ந்து அனுபவிக்க முடியுமா?

அந்த அனுபவங்களும் பத்துப் பதினைந்து வருஷங்களில் நீடித்த அனுபவங்களைப்போல் உள்ளத்தில் பதிய முடியுமா? இந்தப் பாழுங்கோட்டையில் ஏதோ மாயமந்திரம் இருக்கிறது.

பொன்னம்மாள் சொன்னபடி மோகினிப் பிசாசு இல்லாவிட்டால், வேறு ஏதோ ஒரு மாயப்பிசாசோ, பில்லி சூனியமோ கட்டாயம் இங்கே இருக்கிறது. சேர்ந்தாற்போல் சிலநாள் இங்கே இருந்தால் மனுஷனுக்குப் பைத்தியம் பிடித்தாலும் பிடித்துவிடலாம்! உடனே இங்கிருந்து நடையைக் கட்ட வேண்டியதுதான்!...

பொன்னம்மாளை மறுபடியும் பார்க்காமலே போய்விடுகிறதா? அழகுதான்! பொன்னம்மாளாவது, கண்ணம்மாளாவது! ஐந்தாம் வகுப்புக்கூடப் பூர்த்தியாகப் படிக்காத பட்டிக்காட்டுப் பெண்ணுக்கும் காலேஜுப் படிப்பையெல்லாம் கரைத்துக் குடித்த தேசபக்த வீரனுக்கும் என்ன சிநேகம், என்ன உறவு ஏற்படக்கூடும். இந்தப் பாழுங்கோட்டையிலுள்ள ஏதோ ஒரு மாய சக்தியினால்தான் பொன்னம்மாளைப் பற்றிய நினைவே தன் மனத்தில் உண்டாகிறது. உடனே இங்கிருந்து புறப்பட வேண்டியதுதான்! வேறு எங்கே போனாலும் பாதகமில்லை. இங்கே ஒரு நிமிஷங்கூட இருக்கக்கூடாது.

இவ்வாறு தீர்மானித்துக்கொண்டு, அந்தப் பழைய மாளிகை மச்சிலிருந்து கீழே குதித்து இறங்கி, ஒற்றையடிப்பாதையை நோக்கிக் குமாரலிங்கம் நடந்தான்.

திடீரென்று நாய் குரைக்கும் சத்தம் கேட்டது! குமாரலிங்கத்தின் நாவும் தொண்டையும் ஒரு நொடியில் வறண்டுவிட்டன. அப்படிப்பட்ட பயங்கர பீதி அவனைப் பற்றிக்கொண்டது. காரணம் என்னவென்று யோசித்துப் பார்த்தால், நம்பமுடியாத அசட்டுக் காரணந்தான்! இரவில் கனவிலே கேட்ட வேட்டை நாயின் குரைப்புச் சத்தத்தை அது அவனுக்கு நினைவூட்டியதுதான்.

காரணம் எதுவாயிருந்தாலும் மனத்தில் தோன்றிய பீதி என்னவோ உண்மையாயிருந்தது. சட்டென்று பக்கத்திலிருந்த இடிந்த பாழுஞ்சுவர் ஒன்றுக்குப் பின்னால் மறைந்து நின்று, ஒற்றையடிப் பாதையில் யார் வருகிறார்கள் என்று கவனித்தான்.

அவன் மறைந்து நின்றதும், கவனித்ததும் வீண்போகவில்லை. சில நிமிஷத்துக்கெல்லாம் கையில் தடியுடன் ஒரு மனிதன்

முன்னால் வர, அவனைத் தொடர்ந்து ஒரு நாய் வந்தது. நாய் என்றால் தெருவில் திரியும் சாமான்ய நாய் அல்ல; பிரமாண்டமான வேட்டை நாய். முன்காலைத் தூக்கிக்கொண்டு அது நின்றால் சரியாக ஓர் ஆள் உயரம் இருக்கும்! எருமை மாட்டை ஒரே அறையில் கொன்று தோளிலே தூக்கிப் போட்டுக்கொண்டு அநாயசமாகப் போகக்கூடிய வேங்கைப் புலியுடன் சரிசமமாகச் சண்டையிடக்கூடிய நாய் அது!

குமாரலிங்கம் மறைந்து நின்ற பாழுஞ்சுவருக்கு அருகில் வந்தபோது அந்த நாய் மேற்படி சுவரை நோக்கிக் குரைத்தது. முன்னால் வந்த மனிதன் திரும்பிப் பார்த்து "சீ! கழுதை, சும்மா இரு!" என்று சொல்லிவிட்டுக் கைத்தடியால் நாயின் தலையில் 'பட்' என்று ஓர் அடி போட்டான். நாய் ஒரு தடவை உறுமிவிட்டுப் பிறகு பேசாமல் சென்றது. மனிதன் நாயை அடித்த சம்பவத்தை குமாரலிங்கம் சரியாகக் கவனிக்கவில்லை. கவனிக்க முடியாதபடி அவனுடைய மனத்தில் வேறொன்று ஆழமாகப் பதிந்துவிட்டது. அப்படிப் பதிந்தது நன்றாகத் தெரிந்த அந்த மனிதனுடைய முகந்தான். முறுக்கிவிட்ட மீசையோடு கூடிய அந்த முரட்டு முகம், மாணிக்கவல்லியின் தந்தை சாக்ஷாத் சோலைமலை மகாராஜாவின் முகத்தைப் போலவே தத்ரூபமாக இருந்தது.

சுவரைக் கெட்டியாகப் பிடித்துக் கொண்டிருந்தபடியினால் குமாரலிங்கத்துக்குத் தலை சுற்றியபோதிலும் கீழே விழாமல் தப்பிக்க முடிந்தது.

மனிதனும் நாயும் மறைந்த பிறகு குமாரலிங்கம் கோட்டை மதில் ஓரமாக ஓடிய சிறு கால்வாய்க்குச் சென்று முகத்தையும் சிரஸையும் குளிர்ந்த தண்ணீரினால் அலம்பிக்கொள்ள விரும்பினான். அதனால் தன் மனம் தெளிவடையும் என்றும், மேலே யோசனை செய்து எங்கே போவதென்று தீர்மானிக்கலாம் என்றும் எண்ணினான். அவ்விதமே கால்வாயை நோக்கிச் சென்றான்.

போகும்போது, சோலைமலை மகாராஜாவை எந்தச் சந்தர்ப்பத்திலே அவன் பார்த்தான் என்பதும், இளவரசி மாணிக்கவல்லிக்கும் அவருக்கும் நடந்த பேச்சுவார்த்தைகளும் திரும்பத் திரும்ப அவனுக்கு ஞாபகம் வந்துகொண்டிருந்தன.

༺☙❈❧༻

மாறனேந்தல் மகாராஜா உலகநாதத்தேவர், சோலைமலைக் கோட்டையில் வெகுகாலமாகப் பூட்டிக்கிடந்த 'சின்ன நாச்சியார்

அரண்மனை'யில் சுமார் பதினைந்து தினங்கள் வசித்தார். அந்த அரண்மனை வாசம் ஒருவிதத்தில் அவருக்குச் சிறைவாசமாகத்தான் இருந்தது. சிறைவாசத்திலும் தனிச் சிறைவாசந்தான். ஆனாலும் சொர்க்கவாசத்தின் ஆனந்தத்தை அவர் அந்த நாட்களில் அனுபவித்துக் கொண்டிருந்தார். பகலெல்லாம் அந்த அரண்மனைச் சிறையின் மேன்மாடத்தில் அவர் அங்குமிங்கும் நடந்து கொண்டிருப்பார். அவருடைய கால்கள் நடந்துகொண்டிருக்கையில் உள்ளம் என்னவெல்லாமோ ஆகாசக் கோட்டைகளைக் கட்டிக் கொண்டிருக்கும்.

ஒரு குறிப்பிட்ட பலகணியின் அருகே அவர் அடிக்கடி வந்து நின்று எதிரே தோன்றிய பெரிய அரண்மனையை நோக்குவார். அந்த அரண்மனையின் மேல் மாடி முகப்பில் சிலசமயம் ஒரு பெண் உருவம் உலாவிக்கொண்டிருக்கும். இளவரசி மாணிக்கவல்லி தமக்காகவே அங்கு வந்து நிற்கிறாள், உலாவுகிறாள் என்பதை எண்ணும்போதெல்லாம் அவருடைய உள்ளம் துள்ளிக் குதிக்கும்.

தினம் மூன்று வேளையும் வீரம்மா அக்கம் பக்கம் பார்த்துக்கொண்டு புறப்படுவாள்; சின்ன அரண்மனைக்கு ஒழுங்காகச் சாப்பாடு கொண்டுவந்து வைத்துவிட்டுப் போவாள்.

சூரியன் அஸ்தமித்து இரவு ஆரம்பித்ததோ இல்லையோ, சிறைக்கதவு திறக்கப்படும். உடனே உலகநாதத்தேவர், கோதண்டத்திலிருந்து கிளம்பிய இராமபாணத்தைப்போல் நேரே வஸந்த மண்டபத்துக்குப் போய்ச் சேர்வார். சீக்கிரத்திலேயே மாணிக்கவல்லியும் அங்கு வந்துவிடுவாள். அப்புறம் நேரம் போவதே அவர்களுக்குத் தெரியாது. வருங்காலத்தைப் பற்றி எத்தனையோ மனோராஜ்ய இன்பக் கனவுகளைக் கண்டார்கள். இடையிடையே ஒருவரையொருவர் 'நேரமாகிவிட்டது' பற்றி எச்சரித்துக் கொள்வார்கள். எனினும் வெகுநேரம் சென்ற பிறகுதான் இருவரும் தத்தம் ஜாகைக்குச் செல்வார்கள்.

இப்படி ஒவ்வொரு தினமும் புதியப் புதிய ஆனந்த அனுபவங்களை அவர்களுக்குத் தந்துவிட்டுப் போய்க்கொண்டிருந்த காலத்தில், ஒருநாள் பகல்வேளை முழுவதும் இளவரசியை அரண்மனை மேல்மாடி முகப்பில் காணாதபடியால் உலகநாதத்தேவர் ஏமாற்றமும் கவலையும் அடைந்தார். அஸ்தமித்த பிறகு வழக்கம்போல் வஸந்த மண்டபத்துக்குப் போய் அவர் காத்திருந்ததும் வீணாயிற்று. ஏதேதோ விவரமில்லாத பயங்களும் கவலைகளும் மனத்தில் தோன்றி அவரை வதைத்தன. மனத்தைத்

துணிவுபடுத்திக்கொண்டு பெரிய அரண்மனைக்குச் சமீபமாகச் சென்று நின்றார். இருவர் பேசும் குரல்கள் கேட்டன. ஒரு குரல் மாணிக்கவல்லியின் இனிமை மிக்க குரல்தான். இன்னொரு குரல் ஆண் குரல் அவளுடைய தகப்பனாரின் குரலாகத்தான் இருக்க வேண்டும்.

அடர்த்தியான செடியின் மறைவிலே நன்றாக ஒளிந்து நின்றுகொண்டு பலகணியின் வழியாக உலகநாதத்தேவர் உள்ளே பார்த்தார். அவர் எதிர்பார்த்தபடியே தந்தையும் மகளும் உட்கார்ந்து பேசிக்கொண்டிருந்தார்கள்.

ஆஹா! அவ்வளவு அழகும் சாந்த குணமும் பொருந்திய இனிய மகளைப் பெற்ற தகப்பனாரின் முகம் எவ்வளவு கடுகடுப்பாகவும் குரோதம் கொதித்துக்கொண்டும் இருக்கிறது.

இதைப்பற்றி அதிகமாகச் சிந்திப்பதற்குள்ளே அவர்களுடைய சம்பாஷணையில் சில வார்த்தைகள் அவர் காதில் விழுந்தன. உடனே, பேச்சைக் காதுகொடுத்துக் கவனித்துக் கேட்க ஆரம்பித்தார். சோலைமலை மகாராஜாவுக்கும் அவருடைய அருமை மகளுக்கும் பின் வரும் சம்பாஷணை நடந்தது:

தந்தை: ஏது ஏது! உலகநாதத் தேவனுக்காக நீ பரிந்து உருகிப் பேசுகிறதைப் பார்த்தால், கொஞ்சநாளில் அவனைக் கலியாணம் செய்துகொள்கிறேன் என்றுகூடச் சொல்லுவாய் போலிருக்கிறதே?

மகள்: நீங்களுந்தான் எனக்கு அடிக்கடி மாப்பிள்ளை தேடவேண்டிய கஷ்டத்தைப் பற்றிச் சொல்லுகிறீர்கள் அல்லவா? உங்களுக்கு அந்தக் கஷ்டம் இல்லாமற்போனால் நல்லதுதானே அப்பா!

தந்தை: என் கண்ணே, உன் தாயார் காலமான பிறகு உன்னை வளர்ப்பதற்கு நான் எவ்வளவோ கஷ்டப்பட்டேன். அதைப்போல் இந்தக் கஷ்டத்தையும் நானே சுமந்து கொள்கிறேன். உனக்கு அந்தக் கவலை வேண்டாம்.

மகள்: எனக்குக் கவலையில்லாமல் எப்படி இருக்கும், அப்பா! நீங்கள் பார்க்கும் மாப்பிள்ளை என் மனதுக்குப் பிடித்திருக்க வேண்டாமா? நான்தானே கலியாணம் செய்துகொள்ள வேண்டும்! அதற்குப் பிறகு ஆயுள் முழுவதும் அவரோடு நான்தானே இருந்தாக வேண்டும்?

தந்தை: என் செல்வக் கண்மணி! உன்னைக் கலியாணம் செய்து கொள்ளுகிற கழுதை உன்னைச் சரிவர வைத்துக்கொள்ளா விட்டால், அவன் தவடையில் நாலு அறை கொடுத்துவிட்டு உன்னைத் திரும்ப இங்கே அழைத்துக்கொண்டு வந்துவிடுவேன். இப்போது இருப்பதுபோல் எப்போதும் நீ இந்தச் சோலைமலைக் கோட்டையின் மகாராணியாக இருக்கலாம்.

மகள்: அது எப்படி, அப்பா! ஒருவருக்கு வாழ்க்கைப்பட்ட பிற்பாடு, நான் திரும்பவும் இங்கே வந்து சந்தோஷமாக இருக்க முடியுமா?

தந்தை: இந்த அரண்மனையில் உன்னுடைய சந்தோஷத்துக்கு என்ன குறைவு, மாணிக்கம்?

மகள்: பெண்ணாய்ப் பிறந்தவர்கள் புருஷன் வீட்டுக்குப் போவதுதானே முறைமை, அப்பா!

தந்தை: அது முறைமைதான், கண்ணே. ஆனால், தகப்பனார் பார்த்துக் கலியாணம் செய்து கொடுக்கிறபோது, அப்படிக் கொடுக்கிற புருஷனுடைய வீட்டுக்கு மகள் போகவேண்டும். நாமெல்லாம் மானம் ஈனம் அற்ற வெள்ளைக்கார சாதியல்ல. வெள்ளைக்கார சாதியில் பெண்கள் தாங்களே புருஷர்களைத் தேடிக்கொள்வார்களாம் மோதிரம் மாற்றிக்கொண்டால் அவர்களுக்குக் கலியாணம் ஆகிவிட்டது போலவாம்.

இப்படிச் சொல்லிவிட்டு சோலைமலை மகாராஜா 'ஹா ஹா ஹா!' என்று சிரித்தார். அவருடைய சிரிப்பு ஒருவாறு அடங்கிய பிறகு மறுபடியும் சம்பாஷணை தொடர்ந்தது.

மகள்: அப்பா! வெள்ளைக்கார சாதியைப் பற்றி அடிக்கடிப் புகழ்ந்து பெருமைப்படுத்திப் பேசுவீர்களே? இன்றைக்கு ஏன் இந்த மாதிரி பேசுகிறீர்கள்?

தந்தை: நானா வெள்ளைக்காரர்களைப் புகழ்ந்து பேசினேன்? அதற்கென்ன அவர்கள் சண்டையில் கெட்டிக்காரர்கள். துப்பாக்கியும் பீரங்கியும் வைத்திருக்கிறார்கள் என்று சொல்லியிருப்பேன். மற்றபடி, அவர்களைப்போல் கலியாணம் முதலிய காரியங்களில் வியவஸ்தை இல்லாமல் இருக்கவேண்டும் என்று நான் சொல்லவில்லையே?

மகள்: அப்பா, கலியாண விஷயத்தில் வெள்ளைக்காரர்கள் வியவஸ்தை இல்லாதவர்கள் என்று எப்படிச் சொல்லலாம்? நம்முடைய தேசத்திலும் பழைய காலத்தில் அவ்விதந்தானே நடந்தது. இராஜகுமாரிகள் சுயம்வரத்தில் தங்கள் மனத்துக்கு உகந்த புருஷணைத் தேர்ந்தெடுத்து மாலையிடவில்லையா? தமயந்தியும், சாவித்திரியும் வியவஸ்தை இல்லாதவர்களா?

இதைக்கேட்ட சோலைமலை மகாராஜா சிறிதுநேரம் திகைத்துப்போய் நின்றார். பிறகு, "மாணிக்கம்! வெளிஉலகம் இன்னதென்று தெரியாமல் இந்த அரண்மனையில் அடைபட்டுக் கிடக்கும்போதே நீ இவ்வளவு கெட்டிக்காரியாக இருக்கிறாயே? உனக்குத் தகுந்த புருஷனை நான் எங்கிருந்து பிடிக்கப்போகிறேன்? பழைய நாட்களிலே போல, மதுரைப் பட்டணத்தில் பாண்டிய ராஜ்யத்தை ஸ்தாபித்துவிட்டு எந்த மறவர் குலத்து வீரன் உன்னைப் பட்டத்து ராணியாக்குகிறேன் என்று வருகிறானோ, அவனுக்குத்தான் உன்னைக் கட்டிக்கொடுப்பேன். வேறு எந்தக் கழுதையாவது வந்தால் அடித்துத் துரத்துவேன்!" என்று சொல்லிவிட்டு 'இடி இடி'யென்று சிரித்தார்.

மறுபடியும், "அதெல்லாம் கிடக்கட்டும், மாணிக்கம்! நீ உன் உடம்பைச் சரியாகப் பார்த்துக்கொள். இராத்திரியில் வெகுநேரம் வரையில் தோட்டத்தில் சுற்றிவிட்டு வருகிறாயாமே? அது நல்லதல்ல. இளம்பெண்கள் இராத்திரியில் சீக்கிரம் படுத்துத் தூங்கவேண்டும். இன்றைக்காவது சீக்கிரமாகப் போய்ப் படுத்துக்கொள்!" என்றார்.

"இராத்திரியில் எனக்குச் சீக்கிரமாகத் தூக்கம் வருகிறதில்லை அப்பா! அதனால்தான் நிலா நாட்களில் சந்திரனையும் நட்சத்திரங்களையும் பார்த்துக்கொண்டு சிறிதுநேரம் தோட்டத்தில் உலாவிவிட்டு வருகிறேன்" என்றாள் மாணிக்கவல்லி.

"அடடே! அதுதான் கூடாது! சிறு பெண்கள் நிலாவில் இருக்கவே கூடாது; சந்திரனையே பார்க்கக் கூடாது. அப்படிச் சந்திரனையே பார்த்துக்கொண்டிருந்த பெண்கள் சிலருக்குச் சித்தப்பிரமை பிடித்திருக்கிறது!" என்று சொல்லி வந்த மகாராஜா, திடீரென்று பேச்சை நிறுத்தி, "அது என்ன சத்தம்!" என்று கேட்டுக்கொண்டு பலகணியின் வழியாக வெளியே பார்த்தார்.

மாணிக்கவல்லியின் முகத்தில் பெருங்கிளர்ச்சியுடன், "ஒன்றுமில்லையே, அப்பா. வெளியில் ஒரு சத்தமும் கேட்கவில்லையே?" என்றாள்.

உண்மை என்னவென்றால், சற்று முன்னால் மகாராஜா அங்கிருந்து போவதற்காக எழுந்ததைப் பார்த்தவுடனே, தோட்டத்தில் செடிகளின் மறைவில் நின்றுகொண்டிருந்த உலகநாதத்தேவர் இன்னும் சிறிது பின்னால் நகர்ந்தார். அப்போது செடிகளின் இலைகள் அசைந்ததனால் உண்டான சலசலப்பைக் கேட்டுவிட்டுத்தான், 'அது என்ன சத்தம்?' என்று சோலைமலை மகாராஜா கேட்டார்.

மேற்படி கேள்வி உலகநாதத் தேவரின் காதில் விழுந்தபோது, அவருடைய குடலும் நெஞ்சும் நுரையீரலும் மேலே கிளம்பித் தொண்டைக்குள் வந்து அடைத்துக்கொண்டது போலேயிருந்தது.

அப்போது நினைத்துப் பார்த்தாலும் குமாரலிங்கத்துக்கு மேலே சொன்னது போன்ற தொண்டையை அடைக்கும் உணர்ச்சி ஏற்பட்டது. எப்படியோ சமாளித்துக்கொண்டு தட்டுத்தடுமாறி நடந்தான். 'சலசல' வென்று சத்தத்துடன் ஓடிய தெளிந்த நீரையுடைய சின்னஞ்சிறு கால்வாயின் கரையை அடைந்தான். குளிர்ந்த தண்ணீரினால் முகத்தை நன்றாய் அலம்பிக்கொண்ட பிறகு, தலையிலும் தண்ணீரை வாரிவாரி ஊற்றிக்கொண்டான்.

"ஓஹோ, இங்கேயா வந்திருக்கிறீர்கள்?" என்ற இனிய குரலைக்கேட்டு குமாரலிங்கம் தலைநிமிர்ந்து பார்த்தான்.

கையில் ஒரு சிறு சட்டியுடன் பொன்னம்மாள் கரைமீது நின்றுகொண்டிருந்தாள்.

குமாரலிங்கத்தின் வாயிலிருந்து அவனை அறியாமல், "மாணிக்கவல்லி, வந்துவிட்டாயா?" என்ற வார்த்தைகள் வெளிவந்தன.

12

அப்பாவின் கோபம்

பொன்னம்மாள் சிறிது நேரம் திறந்த வாய் மூடாமல் அதிசயத்துடன் குமாரலிங்கத்தையே பார்த்துக்கொண்டு நின்றாள்.

குமாரலிங்கம் தன்னுடைய தவறை உணர்ந்தவனாய்க் கரைமீது ஏறிப் பொன்னம்மாளின் அருகில் வந்தான்.

"பொன்னம்மா, சட்டியில் என்ன? சோறு கொண்டு வந்திருக்கிறாயா? அப்படியானால் கொடு; நீ நன்றாயிருப்பாய்! பசி பிராணன் போகிறது" என்றான்.

பொன்னம்மாள் அதற்குப் பதில் சொல்லாமல் "சற்று முன்னால் ஒரு பெண்பிள்ளையின் பெயர் சொன்னாயே? அந்தப் பெண் யார்?" என்று கேட்டாள்.

"என்னமோ பைத்தியக்காரத்தனமாய்த்தான் சொன்னேன். அது யாராயிருந்தால் இப்போது என்ன? அந்தச் சட்டியை இப்படிக்கொடு. நான் சாப்பிட வேண்டும்"

"முடியாது! நீ நிஜத்தைச் சொன்னால்தான் கொடுப்பேன்; இல்லாவிட்டால் இதைத் திரும்பக் கொண்டுபோய் விடுவேன்.

"என்ன சொல்ல வேண்டும் என்கிறாய்?"

"ஏதோ ஒரு பெயர் சொன்னாயே அதுதான்"

"மாணிக்கவல்லி என்று சொன்னேன்."

"அவள் யார்? அப்படி ஒருத்தியை ஊரிலே விட்டுவிட்டு வந்திருக்கிறாயா? உனக்குக் கலியாணம் ஆகிவிட்டதா?"

"இல்லை பொன்னம்மா, இல்லை! கலியாணம் என்ற பேச்சையே நான் காதில் போட்டுக்கொள்வதில்லை. சுவாமி விவேகானந்தர் என்று கேள்விப்பட்டிருக்கிறாயா? அவர் என்ன சொன்னார் தெரியுமா? 'இந்த நாட்டில் ஒவ்வொரு மூடனும் கலியாணம் செய்துகொண்டிருக்கிறான்!' என்றார். நம்முடைய தேசம் சுதந்திரம் அடையும் வரை நான் கலியாணம் செய்துகொள்ளப் போவதில்லை."

"தேசம், தேசம், தேசம்... உனக்குத் தேசம் நன்றாய் இருந்தால் போதும்; வேறு யார் எக்கேடு கெட்டாலும் பரவாயில்லை!"

"ஆமாம், பொன்னம்மா! அது நிஜம். தேசம் நன்றாயிருந்தால் தானே நாமெல்லோரும் நன்றாயிருக்கலாம்?"

"தேசமும் ஆச்சு, நாசமத்துப் போனதும் ஆச்சு!"

"சரி; அந்தச் சட்டியை இப்படிக் கொடு!"

"அதெல்லாம் முடியாது. நான் கேட்டதற்குப் பதில் சொன்னால்தான் தருவேன்."

"எதற்குப் பதில் சொல்லவேண்டும்?"

"யாரோ ஒருத்தியின் பெயரைச் சொன்னாயே இப்போது, அவள் யார்?"

'பொன்னம்மாள் ரொம்பப் பொல்லாதவள்
பொய் என்ற வார்த்தையே சொல்லாதவள்
அன்னம் படைக்க மறுத்திடுவாள்
சொன்னதைச் சொன்னதைச் சொல்லிடுவாள்!'

என்று கேலிக் குரலில் பாடினான் குமாரலிங்கம்.

பொன்னம்மாள் கடுமையான கோபங்கொண்டவள்போல் நடித்து, "அப்படியானால் நான் போகிறேன்" என்று சொல்லிவிட்டுத் திரும்பி நடக்கத் தொடங்கினாள்.

"பொன்னம்மா, உனக்குப் புண்ணியம் உண்டு. கொண்டுவந்த சோற்றைக் கொடு. சாப்பிட்ட பிறகு, நீ கேட்டதற்குப் பதில் நிச்சயமாகச் சொல்லுகிறேன்."

"முன்னாலேயே அப்படிச் சொல்வதுதானே? வீண்பொழுது போக்க எனக்கு இப்போது நேரம் இல்லை, அப்பா வேறு ஊரிலேயிருந்து வந்துவிட்டார்!"

இதைக் கேட்டதும் குமாரலிங்கத்தின் மனத்தில் ஒரு சந்தேகம் உதித்தது.

"பொன்னம்மா, உன் தகப்பனார் வந்துவிட்டாரா? அவர் எப்படியிருப்பார்?" என்று கேட்டான்.

"எப்படியிருப்பார்? இரண்டு கால், இரண்டு கையோடுதான் இருப்பார்!" என்று சொல்லிக்கொண்டே பொன்னம்மாள் கால்வாய்க் கரையில் உட்கார்ந்து சட்டியைக் குமாரலிங்கத்திடம் நீட்டினாள்.

"இது சோறு இல்லை; பலகாரம். இலை கொண்டுவர மறந்து போனேன். சட்டியோடுதான் சாப்பிட வேண்டும்" என்றாள்.

"ஆகட்டும்; இந்த மட்டும் ஏதோ கொண்டு வந்தாயே, அதுவே பெரிய காரியம்!" என்று சொல்லிக் குமாரலிங்கம் சட்டியைக் கையில் வாங்கிக்கொண்டு அதிலே இருந்த பலகாரத்தைச் சாப்பிட ஆரம்பித்தான்.

"எங்க அப்பாவுக்கு உன் பேரில் ரொம்பக் கோபம்!" என்று பொன்னம்மாள் திடீரென்று சொன்னதும், குமாரலிங்கத்துக்குப் பலகாரம் தொண்டையில் அடைத்துக்கொண்டு புரையேறிவிட்டது.

பொன்னம்மாள் சிரித்துக்கொண்டே அவனுடைய தலையிலும் முதுகிலும் தடவிக்கொடுத்தாள். இருமல் நின்றதும், "நல்ல வேளை! பிழைத்தாய். உன்னைத்தான் நம்பியிருக்கிறேன்" என்றாள்.

"என்னை எதற்காக நம்பியிருக்கிறாய்?"

"எல்லாவற்றுக்குந்தான். வீட்டிலே எனக்குக் கஷ்டம் தாங்க முடியவில்லை. அப்பாவோ ரொம்பக் கோபக்காரர். சின்னாயி என்னைத் தினம்தினம் வதைத்து எடுத்து விடுகிறாள்"

"ஐயோ பாவம், ஆனால் உன் அப்பாவுக்கு என் பேரில் கோபம் என்கிறாயே, அது ஏன்? என்னை அவருக்குத் தெரியாவே தெரியாதே?"

"எப்படியோ அவருக்கு உன்னைத் தெரிந்திருக்கிறது; நேற்று ராத்திரி உன் பெயரைச் சொல்லித் திட்டினார்!"

"இது என்ன கூத்து? என்னை எதற்காகத் திட்டினார்?"

"ஏற்கெனவே அவருக்கு காங்கிரஸ்காரன் என்றாலே ஆகாது. 'கதர் கட்டிய காவாலிப் பயல்கள்' என்று அடிக்கடித் திட்டுவார். நேற்று ராத்திரி பேச்சு வாக்கில் அதன் காரணத்தை விசாரித்தேன். எங்க அப்பா நில ஒத்தியின் பேரில் நிறையப் பணம் கடன் கொடுத்திருந்தார். காங்கிரஸ் கவர்ன்மெண்டு நடந்தபோது, கடன் வாங்கியவர்கள் கடனைத் திருப்பிக்கொடுக்க வேண்டியதில்லை என்று சட்டம் செய்துவிட்டார்களாமே? அதனால் அப்பாவுக்கு ரொம்பப் பணம் நஷ்டம்."

"ஆமாம்; விவசாயக் கடன் சட்டம் என்று ஒரு சட்டம் வந்திருக்கிறது. அதனால் கடன் வாங்கியிருந்த எத்தனையோ விவசாயிகளுக்கு நன்மை ஏற்பட்டது. உன் தகப்பனாருக்கு மட்டும் நஷ்டம் போலிருக்கிறது."

"அதுமட்டுமில்லை. காங்கிரஸ்காரனுங்க கள்ளு சாராயக் கடைகளையெல்லாம் மூடணும் என்கிறார்களாமே!"

"ஆமாம்; அது ஜனங்களுக்கு நல்லதுதானே? உங்க அப்பா தண்ணி போடுகிறவராக்கும்!"

"இந்தக் காலத்திலே தண்ணி போடாதவங்க யார் இருக்கிறாங்க? ஊரிலே முக்காலு மூணு வீசம் பேர் பொழுது சாய்ந்ததும் கள்ளுக்கடை, சாராயக்கடை போறவங்கதான். அதோடு இல்லை. எங்க அப்பா ஒரு சாராயக் கடையைக் குத்தகைக்கு எடுத்திருக்கிறார்."

"ஓஹோ, அப்படியானால் சரிதான்! கோபத்துக்குக் காரணம் இருக்கிறது. ஆனால், என் பேரில் அவருக்குத் தனிப்பட எதற்காகக் கோபம்? நான் என்ன செய்தேன்?"

“கேட்டை, மூட்டை செவ்வாய்க்கிழமை எல்லாம் சேர்ந்து கொண்டதுபோல் ஆகியிருக்கிறது. கோர்ட்டிலே அவர் தாவாப் போட்டிருந்தாராம். சனங்கள் கோர்ட்டைத் தீவைத்துக் கொளுத்திவிட்டார்களாம். அதனாலே அவருடைய பத்திரம் ஏதோ எரிந்து போய்விட்டதாம். உன்னாலே, உன்னுடைய பிரசங்கத்தைக் கேட்டதனாலே தான், சனங்கள் அப்படி வெறிபிடித்துக் கோர்ட்டைக் கொளுத்தினாங்க என்று சொல்லிவிட்டு, உன்னைத் திட்டு திட்டு என்று திட்டினார்.

ஆனால், நீ இங்கே இருக்கிறது அவருக்குத் தெரியாது. அவர் கையிலே மட்டும் நீ அகப்பட்டால் உன் முதுகுத் தோலை உரித்துவிடப் போவதாக அவர் கத்தினபோது எனக்கு ரொம்பப் பயமாயிருந்தது. அதனாலேதான் காலங்காத்தாலே உன்னைப் பார்ப்பதற்கு வந்தேன்.”

குமாரலிங்கத்துக்குப் பளிச்சென்று ஒரு காட்சி ஞாபகத்துக்கு வந்தது. அன்று காலையில் அந்தப் பக்கம்போன கடுகடுப்பான முகத்தைக் கனவிலே சோலைமலை அரண்மனையிலே மட்டுமல்ல வேறு ஓர் இடத்திலும் அவன் பார்த்ததுண்டு.

அவனுடைய வீராவேசப் பிரசங்கத்தைக் கேட்டு ஜனங்கள் சிறைக் கதவை உடைத்துத் தேசபக்தர்களை விடுதலை செய்த அன்று பொதுக்கூட்டம் ஒன்று நடந்ததல்லவா?

கூட்டம் ஆரம்பமாகும் சமயத்தில் ஒரு சின்ன கலாட்டா நடந்தது. அதற்குக் காரணம், அன்று காலையில் அந்தப் பக்கமாக ஒற்றையடிப் பாதையில் போன மனிதன்தான். அவன் அன்றைக்குப் போதை மயக்கத்தில் இருந்தான்.

“இங்கிலீஷ்காரனுகளிடத்தில் துப்பாக்கி, பீரங்கி, ஏரோப்ளேன், வெடி குண்டு எல்லாம் இருக்கிறது. காங்கிரஸ்காரனுங்களிடத்தில் துருப்பிடித்த கத்தி கபடா கூடக் கிடையாது. சவரம் பண்ணுகிற கத்திகூட ஒரு பயல்கிட்டேயும் இல்லை! இந்தச் சூரன்கள்தான் இங்கிலீஷ்காரனை விரட்டியடிச்சுடப் போறான்களாம்? போங்கடா, போக்கடாப் பயல்களா!” என்று இந்த மாதிரி அவன் இரைந்து கத்தினான்.

பக்கத்திலிருந்தவர்கள் அவனிடம் சண்டைக்குப் போனார்கள். தொண்டர்கள் சண்டையை விலக்கிச் சமாதானம் செய்து அவனைக் கூட்டத்திலிருந்து வெளியேற்றினார்கள். இவ்வளவும் ஒரு நிமிஷத்துக்குள் குமாரலிங்கத்துக்கு ஞாபகம் வந்தது.

13

உல்லாச வாழ்க்கை!

அன்று மத்தியானம் மறுபடியும் பொன்னம்மாள் சாப்பாடு கொண்டுவந்தாள். இலையைப் போட்டுப் பரிமாறினாள். குமாரலிங்கம் மௌனமாகச் சாப்பிட்டான்.

"காலையில் கலகலப்பாக இருந்தாயே? இப்போது ஏன் ஒரு மாதிரி இருக்கிறாய்?" என்று பொன்னம்மாள் கேட்டாள்.

"ஒன்றுமில்லை, பொன்னம்மா! காலையில் நீ சொன்ன விஷயங்களைப் பற்றித்தான் யோசித்துக்கொண்டிருந்தேன்" என்றான் குமாரலிங்கம்.

"என்ன யோசித்துக்கொண்டிருந்தாய்?" என்று பொன்னம்மாள் திரும்பவும் கேட்டாள்.

"உன் தகப்பனார் என்னிடம் இவ்வளவு கோபமாயிருக்கும்போது நான் இங்கே இருக்கலாமா என்று யோசனையாய் இருக்கிறது. காலையிலே உன்னை ஒன்று கேட்கவேண்டுமென்றிருந்தேன், மறந்துவிட்டேன்..."

"உனக்கு மறதி ரொம்ப அதிகம் போலிருக்கிறது!" என்றாள் பொன்னம்மாள்.

"அப்படி ஒன்றும் நான் மறதிக்காரன் அல்ல. உன் முகத்தைப் பார்த்தால்தான் பல விஷயங்கள் மறந்துபோகின்றன..."

"வயிற்றுப் பசியைத் தவிர..." என்று குறுக்கிட்டுச் சொன்னாள் பொன்னம்மாள்.

"ஆமாம்! வயிற்றுப் பசியைத் தவிரத்தான். 'பசி வந்திடப் பத்தும் பறந்துபோகும்' என்று பெரியோர் வாக்கு இருக்கிறதே"

"போகட்டும், காலையில் என்னை என்ன கேட்கவேண்டும் என்று எண்ணியிருந்தாய்?"

"சூரியன் உதித்து ஒரு நாழிகைப் பொழுதுக்கு இந்தப் பக்கமாக ஒரு பெரிய மனுஷர் போனார். அவர் முகத்தைப் பார்த்தால் ரொம்பக் கோபக்காரரர் என்று தோன்றியது. ஒருவேளை அவர்தான் மணியக்காரரோ என்று கேட்க எண்ணினேன்."

"இருந்தாலும் இருக்கும். அவர் பின்னோடு ஒரு நாய் வந்ததா?"

"ஆமாம்; பெரிய வேட்டை நாய் ஒன்று வந்தது. இங்கே வந்ததும் அது குரைத்தது; அந்தப் பெரிய மனுஷர் கையிலிருந்த தடியினால் அதன் மண்டையில் ஒரு அடி போட்டார்..."

"அப்படியானால் நிச்சயமாக அப்பாதான்! உன்னை அவர் பார்த்துவிட்டாரோ?" என்று பொன்னம்மாள் திகிலுடன் கேட்டாள்.

"இல்லை, பார்க்கவில்லை! அந்த மொட்டைச் சுவருக்குப் பின்னால் நான் மறைந்து கொண்டிருந்தேன். நாய்க்கு மோப்பம் தெரிந்து குரைத்திருக்கிறது. அதற்குப் பலன் தலையில் ஓங்கி அடி விழுந்தது"

"நல்லவேளை! கரும்புத் தோட்டத்துக்கு இந்த வழியாகத்தான் அப்பா நிதம் போவார். தப்பித்தவறி அவர் கண்ணிலே மட்டும் நீ பட்டுவிடாதே!"

"அவர் கண்ணிலே படாமல் இருப்பதென்ன? இந்த இடத்திலிருந்தே கிளம்பிப் போய்விட உத்தேசித்திருக்கிறேன், பொன்னம்மா."

"அதுதான் சரி! உடனே போய்விடு. முன்பின் தெரியாத ஒரு ஆண்பிள்ளையை நான் நம்பினேனே! என்னுடைய புத்தியை விறகுக் கட்டையால் அடித்துக்கொள்ள வேண்டும்..."

இவ்விதம் பொன்னம்மாள் சொன்னபோது அவளுடைய கண்கள் கலங்கிக் கண்ணீர் துளிக்கும் நிலையில் இருப்பதைக் குமாரலிங்கம் கவனித்தான்.

சற்று முன்னால் அவன் யோசித்து முடிவு செய்திருந்த தீர்மானங்களெல்லாம் காற்றிலே பறந்துபோயின. இந்தக் கள்ளங்கபடமற்ற பெண்ணை முதன்முதலில் தான் சந்தித்து இன்னும் இருபத்து நாலு மணி நேரங்கூட ஆகவில்லை என்பதை அவனால் நம்ப முடியவில்லை.

"உன்னைப் பிரிந்து போவதற்கு எனக்கும் கஷ்டமாய்த்தான் இருக்கிறது. ஆனாலும் வேறு என்ன செய்யட்டும்? நீதான் சொல்லேன்?" என்று குமாரலிங்கம் உருக்கமான குரலில் கூறினான்.

"நீ இப்போது சொன்னது நெசமாயிருந்தால் என்னையும் உன்னோடு இட்டுக்கொண்டு போ!" என்று மணியக்காரர் மகள் கூறிய பதில், குமாரலிங்கத்தை ஒரு குலுக்குக் குலுக்கிவிட்டது.

சற்று நிதானித்துவிட்டு அவன் சொன்னான்: "பொன்னம்மா, உன்னையும் என்னோடு அழைத்துப் போகவல்லவா சொல்லுகிறாய்? அதற்கு எனக்குப் பூரண சம்மதம். உன்னைப் பார்த்த பிறகு, 'கலியாணம் செய்து கொள்ளவில்லை' என்ற தீர்மானத்தைக்கூடக் கைவிட்டு விட்டேன். ஆனால், சமய சந்தர்ப்பம் தற்போது சரியாயில்லையே? நானோ போலீஸ் புலிகளிடம் அகப்படக் கூடாதென்று தப்பி ஓடி வந்தவன் என்னை நான் காப்பாற்றிக் கொள்வதே பெருங் கஷ்டம். உன்னையும் கூட அழைத்துக்கொண்டு எங்கே போக? என்னத்தைச் செய்ய?"

"என்னை உன்னோடு அழைத்துக்கொண்டு போவது கல்லைக் கட்டிக்கொண்டு கேணியிலே விழுகிற மாதிரிதான். அது எனக்குத் தெரியாமலில்லை. அதனாலே தான் உன்னை இங்கேயே இருக்கச் சொல்கிறேன்" என்றாள் பொன்னம்மாள்.

"அது எப்படி முடியும்? நீதானே சொன்னாய், உன் அப்பா என்னைப் பார்த்துவிட்டால் கடித்து விழுங்கிவிடுவார் என்று"

"அது மெய்தான். ஆனால் இந்தப் பாழுங் கோட்டையிலும் இதைச் சேர்ந்த காடுகளிலும் நீ யார் கண்ணிலும் படாமல் எத்தனை நாள் வேண்டுமானாலும் இருக்கலாமே... சாப்பாடு கொண்டுவந்து கொடுப்பதற்கு நான் இருக்கிறேன். உனக்கு என்ன பயம்?"

"எனக்கு ஒரு பயமும் இல்லை, பொன்னம்மா! ஆனால் எத்தனை நாள் உனக்கு இம்மாதிரி சிரமம் கொடுத்துக் கொண்டிருப்பது? என்ன காரணத்தைச் சொல்லிக்கொண்டு தினந்தினம் நீ சாப்பாடு கொண்டு வருவாய்? வேண்டாம், பொன்னம்மா. நான் எங்கேயாவது போய்த் தொலைகிறேன். உனக்குக் கஷ்டம் கொடுக்க நான் விரும்பவில்லை."

பொன்னம்மாள் பரிகாசத்துக்கு அறிகுறியாகக் கழுத்தை வளைத்துத் தலையைத் தோளில் இடித்துக்கொண்டு கூறினாள்: "பேச்சைப் பார் பேச்சை! எனக்குக் கஷ்டம் கொடுக்க விரும்பவில்லையாம். நான்தான் சொன்னேனே, நீ இவ்விடத்தை விட்டுப் போனால்தான் எனக்கு மனக்கஷ்டம் உண்டாகும் என்று. நானோ பெண் ஜன்மம் எடுத்தவள். உயிர் இருக்கும் வரையில் யாருக்காவது சோறு படைத்துத்தானே ஆகவேண்டும்? உனக்குச் சிலநாள் சோறு கொண்டுவந்து கொடுப்பதில் எனக்கு என்ன கஷ்டம்? ஒன்றுமில்லை. தோட்டத்தில் கரும்பு வெட்டி வெல்லம் காய்ச்சி முடிவதற்குப் பதினைந்து நாள் ஆகும். அதுவரையில் நான் இந்த வழியாக நிதநிதம் போகவேண்டியிருக்கும். அப்பாவுக்குச்

சாப்பாடு கொண்டுபோவேன். அப்போது உனக்கும் கொண்டு வருகிறேன்..."

குமாரலிங்கம் குறுக்கிட்டு, "பொன்னம்மா, உன் தகப்பனாரை நினைத்தால் எனக்குக் கொஞ்சம் பயமாகத்தான் இருக்கிறது. அவரை பார்க்கும்போதே முன்கோபக்காரர் என்று தோன்றுகிறது. என்பேரில் வேறே அவருக்கு விசேஷமான கோபம். அதற்குக் காரணம் இல்லாமலும் போகவில்லை. தப்பித்தவறி என்றைக்காவது ஒருநாள் நாம் இருவரும் பேசிக்கொண்டிருப்பதை அவர் பார்த்துவிட்டால் என்ன கதி? என்னைப் பற்றியே நான் சொல்லவில்லை; உனக்காகத்தான் நான் பயப்படுகிறேன்" என்றான்.

"ஐயா எங்க அப்பா பொல்லாத மனிதர்தான். ஆனால் ஊருக்குத்தான் அவர் பொல்லாதவர். எனக்கு நல்லவர். சின்னாயி ஒருநாள் என்னைப் பாடாய்ப் படுத்தியதைப் பார்த்துக் கொண்டிருந்து விட்டார். அதற்காக அவளை மொத்துமொத்து என்று மொத்தி விட்டார்."

"அதாவது உங்க அப்பாவினால் உனக்கு ஒன்றும் அபாயம் இல்லை; வந்தால் எனக்குத்தான் வரும் என்று சொல்லுகிறாயா?"

அந்தக் கேலியை விரும்பாத பொன்னம்மாள் முகத்தைச் சிணுக்கிக்கொண்டு சொன்னாள்:

"அப்படி ஒன்றும் சொல்லவில்லை. எங்க அப்பாவுக்கு நான் செல்லப் பெண். சமயம் பார்த்துப் பேசி உன் விஷயத்தில் அவருடைய மனத்தை மாற்றிவிடலாம் என்றிருக்கிறேன்."

முதல் நாளிரவு சோலைமலை மகாராஜாவும் இளவரசியும் பேசிக்கொண்டிருந்த காட்சியையும், தான் பலகணியின் அருகில் மறைந்திருந்து ஒட்டுக்கேட்ட வார்த்தைகளையும் குமாரலிங்கம் நினைவு கூர்ந்தான்.

"பொன்னம்மா, நீ என்னதான் பிரயத்தனம் செய்தாலுங்கூட உன் தகப்பனாரின் மனத்தை மாற்ற முடியுமென்று எனக்குத் தோன்றவில்லை" என்றான்.

"ஏன் நீ இவ்வளவு அவநம்பிக்கைப்படுகிறாய்? கொஞ்சம் பொறுத்திருந்து என்னுடைய சாமர்த்தியத்தைப் பாரேன்" என்றாள் பொன்னம்மாள்.

"நீ சாமர்த்தியக்காரிதான்; அதைப் பற்றிச் சந்தேகமில்லை. ஆனால், என் விஷயத்தில் எதற்காக நீ இவ்வளவு சிரத்தை எடுத்துக்

கொள்கிறாய்? இன்றைக்கோ நாளைக்கோ என்னைப் போலீஸார் வேட்டையாடிப் பிடித்துவிடலாம். அப்புறம் இந்த ஜன்மத்தில் நாம் ஒருவரையொருவர் பார்க்கவே முடியாது. என் உடம்பில் இருக்கும் உயிர் ஒரு மெல்லிய கயிற்றின் முனையிலே தொங்கிக் கொண்டிருக்கிறது. எந்த நிமிஷத்திலே இந்தக் கழுத்திலே சுருக்கு விழுமோ தெரியாது. இப்படிப்பட்ட நிலையில் உள்ள என்னை நீ நம்பவேண்டாம்; நம்பி ஏமாற்றமடைய வேண்டாம்" என்று குமாரலிங்கம் இரங்கிய குரலில் சொன்னான்.

பொன்னம்மாள் உணர்ச்சி மிகுதியினால் ஒன்றும் பேசாமல் சற்று நேரம் சும்மா இருந்தாள். பின்னர் கூறினாள்:

"ஐயா, விதி அப்படி இருக்குமானால் அதை யாராலும் மாற்ற முடியாது. ஆனால், சோலைமலை முருகன் அருளால் அப்படி ஒருநாளும் நடக்காது என்று எனக்குத் தைரியம் இருக்கிறது. என் தகப்பனாருடைய மனத்தை மாற்றுவதற்கு என்னுடைய சாமர்த்தியத்தை மட்டும் நான் நம்பியிருக்கவில்லை. சோலைமலை முருகனுடைய திருவருளையுந்தான் நம்பிக்கொண்டிருக்கிறேன். நேற்றிரவு அப்பா இன்னொரு விஷயமும் சொன்னார். 'இந்த இங்கிலீஸ்காரப் பய மவனுங்களையும் பூராவும் நம்பிவிடக் கூடாது. குனிந்தால் முதுகில் உட்காருவார்கள்; நிமிர்ந்தால் காலில் விழுவார்கள். இவர்களை இந்தப் பாடுபடுத்தி வைக்கிற காங்கிரஸ்காரன்களின் கையிலேயே மறுபடியும் கவர்ன்மெண்டைக் கொடுத்தாலும் கொடுப்பார்கள். இன்றைக்குத் தலைமறைவாய் ஒளிந்து திரிகிற குமாரலிங்கம் நாளைக்கு ஒருவேளை ஜில்லாக் கலெக்டராகவோ, மாகாண மந்திரியாகவோ வந்தாலும் வருவான். அப்படி வந்தால் சோலைமலை முருகன்தான் நம்மைக் காப்பாற்ற வேண்டும். காங்கிரஸ்காரனுங்க மறுபடியும் அதிகாரத்துக்கு வந்தால், என்னென்ன அக்கிரமம் செய்வான்களோ தெரியாது' என்று அப்பா ரொம்ப ஆத்திரமாய்ப் பேசினார். அதோடு காங்கிரஸுக்கும் சர்க்காருக்கும் ஏதோ ராஜிப் பேச்சு நடக்கிறதாகக் கேள்வி என்றும் சொன்னார். ஐயா, நீ ஒருவேளை மந்திரியாகவோ ஜில்லாக் கலெக்டராகவோ வந்தால், அக்கிரமம் ஒன்றும் செய்ய மாட்டாய் அல்லவா? அப்பாவைக் கஷ்டத்துக்கு உள்ளாக்க மாட்டாயல்லவா?" என்று பொன்னம்மாள் கண்ணில் நீர் ததும்பக் கேட்டாள்.

"மாட்டேன், பொன்னம்மா... மாட்டேன். பிராணன் போய்க்கொண்டிருந்த சமயத்தில் சோறு கொண்டுவந்து போட்டு உயிர்ப் பிச்சைக் கொடுத்த பொன்னம்மாளின் தகப்பனாரை ஒருநாளும் கஷ்டப்படுத்த மாட்டேன். அவர்மேல் ஒரு சின்ன ஈ

எறும்பு உட்கார்ந்து கடிப்பதற்குக்கூட இடங்கொடுக்க மாட்டேன்" என்றான் குமாரலிங்கம்.

மேலே கண்ட சம்பாஷணை நடந்த பிறகு ஏழெட்டுத் தினங்கள் வரை அந்தப் பாழடைந்த சோலைமலைக் கோட்டையிலேயே குமாரலிங்கத்தின் வாழ்க்கை சென்றுகொண்டிருந்தது. ஆனந்தமாகவும், குதூகலமாகவும் சென்றுகொண்டிருந்தது என்றே சொல்லவேண்டும்.

மணியக்காரர் மகளிடம் அவனுடைய நட்பு நாளுக்குநாள் வளர்ந்து வந்தது. ஒவ்வொரு நாளும் பொன்னம்மாள் சாப்பாடு கொண்டுவந்த போது குதூகலத்தையும் கொண்டாட்டத்தையும் கூடக் கொண்டுவந்தாள். பிரதி தினமும் அவளுடைய கால்மெட்டியின் சத்தத்தோடு 'கலகல'வென்ற சிரிப்பின் ஒலியும் சேர்ந்து வந்தது. எனவே, அந்தப் பாழுங்கோட்டையில் ஒளிந்திருந்து கழித்த ஒவ்வொரு நாளும் ஓர் உற்சவத் தினமாகவே குமாரலிங்கத்துக்குச் சென்று வந்தது.

சோலைமலைக் கோட்டைக்கு அவன் வந்து சேர்ந்த அன்று பகலிலும் இரவிலும் கண்ட அதிசயக் காட்சிகளைப் பிற்பாடு அவன் காணவில்லை. அவையெல்லாம் பல இரவுகள் சேர்ந்தாற்போல் தூக்கமில்லாதிருந்த காரணத்தினால் ஏற்பட்ட உள்ளக் கோளாறுகள் என்று குமாரலிங்கம் தேறித் தெளிந்தான்.

ஆனால், இந்த விஷயத்தில் அவனுக்கு எவ்வளவுக்கெவ்வளவு தெளிவு ஏற்பட்டதோ, அவ்வளவுக்குப் பொன்னம்மாளுக்குப் பிரமை அதிகமாகி வருவதை அவன் கண்டான்.

சோலைமலை இளவரசியைப் பற்றியும் மாறனேந்தல் மகாராஜாவைப் பற்றியும் குமாரலிங்கம் கனவிலே கண்ட காட்சிகளைத் திரும்பத்திரும்ப அவனைச் சொல்லவைத்துப் பொன்னம்மாள் அடங்காத ஆவலுடன் கேட்டுக்கொண்டிருந்தாள்.

அதோடு, அவன் கண்டதெல்லாம் வெறும் கனவல்லவென்றும், சுமார் நூறு வருஷத்துக்கு முன்னால் உண்மையாக நடந்தவை என்றும் பொன்னம்மாள் சாதித்து வந்தாள். அவள் கொண்டிருந்த இந்தக் குருட்டு நம்பிக்கைகூடக் குமாரலிங்கத்தின் உல்லாசம் அதிகமாவதற்கே காரணமாயிருந்தது.

சில சமயம் அவன், "மாறனேந்தல் மகாராஜாதான் குமாரலிங்கமாகப் பிறந்திருக்கிறேன். சோலைமலை இளவரசிதான் பொன்னம்மாளாகப் பிறந்திருக்கிறாய்" என்று தமாஷாகச் சொல்லுவான். வேறு சில சமயம், பொன்னம்மாளைப் பார்த்ததும்,

"இளவரசி! வருக!" என்பான். "மாணிக்கவல்லி! அரண்மனையில் எல்லாரும் சௌக்கியமா?" என்று கேட்பான்.

குமாரலிங்கம் இப்படியெல்லாம் பரிகாசமாகப் பேசிய போதிலும், பொன்னம்மாளின் கபடமற்ற உள்ளத்தில் அவ்வளவும் ஆழ்ந்து பதிந்துகொண்டு வந்தன.

14

ஆனந்த சுதந்திரம்

குமாரலிங்கம் அந்த இடிந்த கட்டிடங்களுக்கு மத்தியில் அவ்வளவு உற்சாகமாகவும் உல்லாசமாகவும் நாட்களைக் கழித்து வந்ததற்குப் பொன்னம்மாளின் நேசம் மட்டுமல்லாமல் வேறொரு காரணமும் இருந்தது.

அரசியல் நிலைமையைப் பற்றி மணியக்காரர் சொன்னதாகப் பொன்னம்மாள் அன்று சொன்ன செய்திதான் அது. பிரிட்டிஷ் சர்க்காருக்கும் காங்கிரஸ் தலைவர்களுக்கும் ராஜிப் பேச்சு நடந்து வருகிறது என்பதைப் பரிபூரணமாய் அவன் நம்பினான். அதைப் பற்றிச் சந்தேகிக்கவே அவனுக்குத் தோன்றவில்லை. 'அன்று தளவாய்ப் பட்டணத்தில் நடந்தது போலத்தானே இமயமலையில் இருந்து குமரிமுனை வரையில் எல்லா நகரங்களிலும் கிராமங்களிலும் சூறாவளிப் புரட்சி நடந்திருக்கும்? அந்தப் புரட்சியைப் பிரிட்டிஷ் சர்க்காரால் எப்படி எதிர்த்து நிற்க முடியும்? ஜப்பான்காரனோ பர்மா எல்லைப்புறத்தில் வந்து கதவைத் தட்டிக் கொண்டிருக்கிறான். பிரிட்டிஷ் சர்க்கார் காங்கிரஸுக்குச் சரணாகதி அடையாமல் வேறு என்ன செய்ய முடியும்?' என்னும் கேள்வி அடிக்கடி அவன் மனத்தில் எழுந்துகொண்டிருந்தது.

தளவாய் பட்டணம் சரித்திரப் பிரசித்தி அடைந்த விசேஷ தினத்தில் அவன் காதில் விழுந்த ஒரு சம்பாஷணையும் அவனுக்கு அடிக்கடி ஞாபகம் வந்துகொண்டிருந்தது.

சப்ஜெயிலின் கதவுகளை உடைத்துக் கைதிகளை விடுதலை செய்துவிட்டு வீரமுழக்கத்துடன் சுதந்திர கோஷங்களுடனும் திரும்பிய ஜனங்களில், கிராமவாசிகள் இருவர் பின்வருமாறு பேசிக் கொண்டார்கள்:

"ஆமாம்! இந்தியா சுதந்திரம் அடைஞ்சு விட்டால்..." என்று ஒருவர் ஏதோ கேட்க ஆரம்பித்தார்.

"அடைஞ்சுவிட்டால் என்ன? அதுதான் அடைஞ்சாகிவிட்டதே" என்றார் இன்னொருவர் வெகு உற்சாகத்துடன்.

"சரி, இந்தியா சுதந்திரம் அடைஞ்சுட்டுது. இனிமே யாரு நமக்கு ராசா என்று கேட்கிறேன். பண்டித ஜவஹர்லால் நேருவா? நேதாஜி சுபாஷ் போசா?" என்று கேட்டார் முதலில் பேசியவர்.

"இரண்டு பேரிலே யார் ராசாவானால் என்ன? நேருஜி ராசா ஆனால், நேதாஜி மந்திரி ஆகிறாரு. நேதாஜி ராசா ஆனால், நேருஜி மந்திரி ஆகிறாரு" என்றார் இரண்டாவது பேசியவர்.

படிப்பில்லாத பட்டிக்காட்டு ஆசாமிகளின் மேற்படி பேச்சை அன்றைக்கு குமாரலிங்கம் கேட்டபோது அவன் உள்ளுக்குள்ளே சிரித்துக்கொண்டான். ஆனால் இப்போது அதைப்பற்றி எண்ணியபோது அவர்கள் பேச்சு ஏன் உண்மையாகக் கூடாது என்று அவனுக்குத் தோன்றியது. ஜவஹர்லால் நேருவும் சுபாஷ் சந்திரபோஸும் இந்தியாவின் ராஜாவாகவும் மந்திரியாகவும் வராவிடாலும், குடியரசின் அக்கிராசனராகவும் முதன் மந்திரியாகவும் வரக்கூடுந்தானே? அப்படி வரும்போது மணியக்காரர் சொன்னதுபோல் இந்தியக் குடியரசு சர்க்காரில் தனக்கும் ஒரு பதவி ஏன் கிடைக்கக்கூடாது? கிடைக்காமலிருந்தால் தான் ஆச்சரியமே தவிர கிடைத்தால் அதில் ஆச்சரியம் ஒன்றும் இராது.

இப்படிப்பட்ட எண்ணங்கள் குமாரலிங்கத்துக்குக் குதூகலத்தை அளித்ததோடு, ஓரளவு பரபரப்பையும் உண்டாக்கி வந்தன. பொன்னம்மாளைத் தினம் பார்த்த உடனே, "இன்றைக்கு ஏதாவது விசேஷம் உண்டா? காங்கிரஸ் விஷயமாக அப்பா ஏதாவது சொன்னாரா?" என்று அவன் கேட்டுக்கொண்டு வந்தான்.

ஆனால் முதல்நாள் சொன்ன செய்திக்குப் பிறகு பொன்னம்மாள் புதிய செய்தி எதுவும் கொண்டுவரவில்லை.

"உங்கள் ஊருக்குப் பத்திரிகை வருவதில்லையா?" என்று ஒருநாள் குமாரலிங்கம் கேட்டதற்கு, பொன்னம்மாள், "வராமல் என்ன? எங்கள் வீட்டுக்கே பத்திரிகை வந்து கொண்டுதானிருக்கிறது. ஆனால், மகாத்மா காந்தி சொல்லிவிட்டார் என்று எல்லாப் பத்திரிகைகளையும் நிறுத்தி விட்டார்களாமே? அதற்கப்புறந்தான் வருகிறதில்லை" என்றாள்.

"புரட்சித் திட்டத்தில் மற்றதெல்லாம் சரிதான்! ஆனால் பத்திரிகை நிறுத்துகிற காரியம் மட்டும் சுத்தப் பிசகு" என்று குமாரலிங்கம் தன் மனதுக்குள்ளேயே சொல்லிக்கொண்டான்.

குமாரலிங்கம் சோலைமலைக் கோட்டைக்கு வந்து ஒளிந்துகொண்டு பத்து நாளைக்குப் பிறகு சோலைமலைக் கிராமத்தில் ஓர் அதிசய சம்பவம் நடந்தது.

அதைப் பார்த்து அந்தக் கிராமவாசிகள் எல்லாரும் திடுக்கிட்டுத் திகைத்துப் போனார்கள். கதைகளிலே அடிக்கடி எழுதுகிறார்களே அதைப்போல, அவர்களால் தங்களுடைய கண்களையே நம்ப முடியவில்லை.

அந்தச் சம்பவம் என்னவென்றால், காந்திக் குல்லா தரித்த இரண்டு காங்கிரஸ்காரர்கள் பகிரங்கமாகவும் தைரியமாகவும் அந்தக் கிராமத்துக்குள்ளே பிரவேசம் செய்ததுதான்.

காந்திக்குல்லா மட்டுந்தானா அவர்கள் தரித்திருந்தார்கள், பம்பாய்க்காரர்களைப் போல் கதர்க் கால்சட்டையும் கதர் ஜிப்பாவும் அணிந்திருந்தார்கள். கதர் ஜிப்பாவின் பேரில் ஜவாஹர் வெயிஸ்ட் கோட்டுப் போட்டிருந்தார்கள். வெயிஸ்ட் கோட்டில் ஒரு சின்னஞ் சிறு மூவர்ண தேசியக்கொடி தைக்கப்பட்டிருந்தது.

அவர்களில் ஒருவர் கையிலேயும் பெரிய மூவர்ண தேசியக் கொடி ஒன்று கொண்டு வந்திருந்தார்கள். அதைக் கிராமச் சாவடிக்கு எதிரிலே இருந்த பிரம்மாண்டமான இலுப்ப மரத்தின் உச்சியில் கட்டிப் பறக்கவிட்டார்.

கொடி பறக்கத் தொடங்கியதும் இரண்டு பேருமாக மாற்றி மாற்றி, "வந்தே மாதரம்!" "பாரத மாதாவுக்கு ஜே!", "புரட்சி வாழ்க!" முதலிய கோஷங்களைக் கிளப்பினார்கள்.

இதையெல்லாம் பார்த்துச் சோலைமலைக் கிராமவாசிகள் ஒரேயடியாக ஆச்சரியத்தில் மூழ்கிப் போனார்கள்.

காங்கிரஸ் கலகத்தை வெள்ளைக்காரச் சர்க்கார் அடியோடு அடக்கிவிட்டார்கள் என்றும், சிறையில் அவர்களைத் துன்புறுத்துகிறார்கள் என்றும், கலகம் நடந்த ஊர்களில் புகுந்து ஒன்றும் அறியாத ஜனங்களைக்கூட அடித்து இம்சிக்கிறார்கள் என்றும், போலீஸாரிடம் அகப்படாமல் கலகம் செய்த காங்கிரஸ்காரர்கள் பலர், ஒளிந்து கொண்டிருக்கிறார்கள் என்றும், இம்மாதிரியான செய்திகளையே இதுவரையில் அந்தக் கிராமத்து ஜனங்கள் கேள்விப்பட்டிருந்தார்கள்.

அப்படியிருக்கும்போது இரண்டு கதர்க் குல்லாக்காரர்கள் திடீரென்று எங்கிருந்தோ வந்து, பட்டப்பகலில் பகிரங்கமாகக் கதர்க்கொடியை உயர்த்திக் கோஷங்களைக் கிளப்பிக் கூப்பாடு போட்டதும் கிராமவாசிகளுக்கு ஒன்றுமே புரியவில்லை.

அந்தக் காந்திக் குல்லாக்காரர்களின் அருகில் நெருங்கவே முதலில் கிராமத்தார் தயங்கினார்கள். அவரவர்கள் தத்தம் வீட்டு வாசலிலிருந்தே பயத்துடன் அவர்களை எட்டிப் பார்த்துக் கொண்டிருந்தார்கள்.

ஆனால் கதர்க் குல்லா ஆசாமிகள் அவர்களை விடுகிற வழியாயில்லை. கிராமத்துக்குள்ளே அவர்கள் வந்து, "மணியக்காரர் வீடு எது?" என்று விசாரித்ததும், கிராமத்தாருக்குக் கொஞ்சம் தைரியம் வந்தது. காந்தி குல்லாக்காரர்களின் அருகில் நெருங்கி அவர்கள் யார், எதற்கு வந்திருக்கிறார்கள் என்று விசாரிக்க ஆரம்பித்தார்கள். அதற்குப் பதிலாகக் காந்திக் குல்லாக்காரர்கள் சொன்ன சமாசாரம் அவர்களை ஒரேயடியாக பிரமிக்கச் செய்துவிட்டது.

வெள்ளைக்காரச் சர்க்கார் தோற்றுப்போய்க் காங்கிரஸிடம் இராஜ்யத்தை ஒப்புவித்து விட்டார்கள் என்றும், அந்த ஜில்லாவுக்கு மேலதிகாரிகளாகத் தங்களைக் காங்கிரஸ் நியமித்திருக்கிறதென்றும், கலெக்டர்கள், தாசில்தார்கள் எல்லாரும் இனிமேல் தங்கள் கட்டளைப்படிதான் நடக்கவேண்டும் என்றும் அவர்கள் சொன்னார்கள். இதையெல்லாம் அதிசயத்தோடு கேட்டுக்கொண்டே ஜனக்கூட்டம் காந்திக் குல்லாக்காரர்களைப் பின்தொடர்ந்து சென்று மணியக்காரரின் வீட்டு வாசலை அடைந்தது.

அப்போதுதான் கரும்புத் தோட்டத்துக்குப் புறப்பட்டுக் கொண்டிருந்த மணியக்காரரும் முதலில் சிறிது திகைத்துப் போனார். என்ன ஏது என்று விசாரித்தார். விஷயத்தைக் கேட்டதும் அவருக்கு நம்பிக்கைப் படவில்லை. "சரிதான், என்னிடம் எதற்காக வந்தீர்கள்? ஏதாவது காரியம் உண்டா?" என்று கொஞ்சம் அலட்சியமாகவே கேட்டார்.

"காரியம் இருக்கிறது. இல்லாமலா உங்களிடம் வருவோம். 'சுயராஜ்யம் வந்துவிட்டது. இனிமேல் காங்கிரஸ் சர்க்கார்தான் அரசாங்கம் நடத்துவார்கள்' என்பதாகச் சுற்றுவட்டாரத்துக் கிராமங்களிலெல்லாம் தண்டோராப் போடவேண்டும். தலையாரியை உடனே கூப்பிட்டு விடுங்கள்" என்று வந்தவர்களில் ஒருவர் சொன்னார்.

மணியக்காரர் தமது அவநம்பிக்கை நன்கு வெளிப்படும்படியாக, "அதெல்லாம் என்னால் முடியாது. மேலாவிலிருந்து எனக்குத் தகவல் ஒன்றும் வரவில்லை" என்றார்.

அதைக் கேட்ட கதர்க்குல்லாக்காரர்கள் சிரித்தார்கள்.

"இப்போது இப்படித்தான் சொல்வீர். சற்றுநேரம் போனால் வேறு பாடம் படிப்பீர்" என்றார் அவர்களில் ஒருவர்.

இவ்விதம் பேசிக்கொண்டிருக்கையிலே இரண்டு போலீஸ் ஜவான்கள் அங்கு வந்து நின்று மேற்படி காந்திக் குல்லாக்காரர்களுக்கு ஸலாம் வைத்தார்கள். "எஜமான், கலெக்டர் கடிதம் கொடுத்திருக்கிறார்" என்றார் ஜவான்களில் ஒருவர். அதை வாங்கிக்கொண்டு கதர்க் குல்லாக்காரர் கடிதத்தைப் படித்துப் பார்த்துவிட்டு, "சரி நீங்கள் போகலாம்" என்றதும், போலீஸ் ஜவான்கள் மறுபடியும் ஒரு பெரிய ஸலாம் வைத்துவிட்டுப் போனார்கள்.

இதைப் பார்த்த பிறகு சோலைமலைக் கிராம ஜனங்களுக்கும் மணியக்காரருக்குங்கூட நம்பிக்கைப் பிறந்துவிட்டது.

"அதற்கென்ன, தண்டோரா போடச் சொன்னால் போகிறது" என்றார் மணியக்காரர்.

"உடனே தலையாரியைக் கூப்பிட்டு அனுப்புங்கள். தண்டோரா போடும்போது இன்னொரு விஷயமும் சேர்த்துச் சொல்ல வேண்டும். புரட்சி வீரர் குமாரலிங்கத் தேவர் இந்தப் பக்கத்துக் காடுகளில் எங்கேயோ மறைந்திருப்பதாகத் தெரிகிறது. அவரை உடனே கண்டுபிடித்துப் புதுடில்லிக்கு அனுப்பி வைக்கும்படி தலைவர் ஜவஹர்லால் நேருவிடமிருந்து கட்டளை வந்திருக்கிறது. குமாரலிங்கத் தேவர் இருக்கும் இடத்தைக் கண்டுபிடித்துச் சொல்லுகிறவர்களுக்கு ஆயிரம் ரூபாய் காங்கிரஸ் சர்க்கார் இனாம் கொடுப்பார்கள் என்பதையும் சேர்த்துத் தண்டோரா போடச் செய்ய வேண்டும்" என்று ஒரு காந்திக் குல்லாக்காரர் சொன்னார்.

வாசல் திண்ணையில் நடந்த இந்தப் பேச்சையெல்லாம் வீட்டு நடையில் கதவோரமாக நின்று கேட்டுக்கொண்டிருந்த பொன்னம்மாளுக்கு அப்போது எப்படியிருந்திருக்கும் என்று நேயர்களே ஊகித்துக் கொள்ளலாம்.

உடனே வாசற்புறம் ஓடிப்போய்க் குமாரலிங்கத் தேவர் இருக்குமிடத்தைச் சொல்லிவிடலாமா என்று அவள் உள்ளம் துடிதுடித்தது. ஆனால் பெண்மைக்குரிய அடக்கமும் பெரிய

குலத்துக்கு உரிய பண்பும் அவ்விதம் செய்ய முடியாமல் அவளைத் தடை செய்தன.

பொன்னம்மாளின் தந்தை சிறிது நேரத்துக்கெல்லாம் வீட்டுக்குள்ளே வந்தார். பொன்னம்மாளும் விரைந்து உள்ளே போய் வீட்டுக் கூடத்தின் தூணைப் பிடித்துக்கொண்டு நின்றாள்.

"பார்த்தாயா, பொன்னம்மா? கடைசியில் நான் சொன்னபடிதான் ஆச்சு. அந்த வெள்ளக்காரப்பய மவனுகள் கடைசியில் காங்கிரஸ்காரன் காலிலே விழுந்துட்டானுக. மொத்தத்திலே, மானம் ரோசம் இல்லாதவனுங்க. நான் மட்டும் இங்கிலீஷ்காரனாயிருந்தால், என்ன ஆனாலும் ஆவட்டும் என்று கடைசிவரைக்கும் ஒரு கை பார்த்திருப்பேன். ஜப்பான்காரன் கையிலாவது ராச்சியத்தைக் கொடுத்திருந்தாலும் கொடுத்திருப்பேனே தவிர, காங்கிரஸ்காரன் கையிலே கொடுத்திருக்க மாட்டேன். அது போனால் போவட்டும். இங்கிலீஷ்காரன் கொடுத்து வைச்சது அம்மட்டுந்தான். நாம் என்னத்துக்கு அதைப்பத்திக் கவலைப்பட வேணும்? காங்கிரஸ் ராச்சியந்தான் இனிமேல் என்று ஏற்பட்டுப் போச்சு. நாளைக்கு ஒரு கண்டிராக்டோ, கிண்டிராக்டோ எல்லாம் இவங்களிடத்திலேதான் கேட்டு வாங்கும்படி இருக்கும். வந்திருக்கிறவங்க இரண்டு பேரும் ரொம்பப் பெரிய மனுஷங்க என்று தோணுது. நல்ல விருந்து செய்து அனுப்ப வேண்டும். உன் சின்னாயிகிட்டச் சொல்லு; இல்லாட்டி சின்னாயியை இங்கே கூப்பிடு; நானே சொல்லிடறேன்" என்று மணியக்காரர் மூச்சுவிடாமல் பொழிந்து தள்ளினார். வாசல் திண்ணையிலே உட்கார்ந்திருந்த மேற்படி காந்திக் குல்லாக்காரர்களின் காதிலே விழப்போகிறதே என்றுகூட மணியக்காரர் கவலைப்பட்டதாகத் தெரியவில்லை.

ஏற்கெனவே, உணர்ச்சி மிகுதியால் உள்ளம் தத்தளித்துக் கொண்டிருந்த பொன்னம்மாளோ, மணியக்காரர் பேசும்போது நடுவில் ஒரு வார்த்தைக்கூடப் பேச முடியாதவளாய், திறந்த வாய் மூடாமல் அடங்கா ஆவலுடன் அவர் பேச்சைக் கேட்டுக்கொண்டு நின்றாள். அவர் கடைசியில் சொன்னபடி சின்னாயியைக் கூப்பிடக்கூட அவளுக்கு நா எழவில்லை.

நல்ல வேளையாகப் பொன்னம்மாளின் சின்னாயி, அதாவது மணியக்காரரின் இரண்டாவது மனைவி, தானாகவே அப்போது அங்கு வந்துவிட்டாள். மறுபடியும் ஒரு தடவை அவளிடம் மணியக்காரர் பாடம் ஒப்புவித்துவிட்டு, "ஆகையால், இன்றைக்குத் தடபுடலாக விருந்து செய்ய வேணும். இலை நிறையப் பதார்த்தம்

படைக்க வேணும். தாயும் மகளுமாய்ச் சேர்ந்து உங்கள் கைவரிசையைச் சீக்கிரமாகக் காட்டுங்கள், பார்க்கலாம்" என்றார். பிறகு வாசற்பக்கம் சென்றார்.

பொன்னம்மாளின் சின்னம்மாள் அவ்விதமே சமையல் வேலை தொடங்கினாள். ஆனால் பொன்னம்மாளோ, "ஆயா, ஊருணியில் போய்க் குளித்துவிட்டு இதோ ஒரு நொடியில் வந்துவிடுகிறேன்" என்று சொல்லி, வீட்டின் கொல்லை வாசற்படி வழியாகச் சிட்டாய்ப் பறந்து சென்றாள். அவ்வளவு விரைவாக அவள் எங்கே போனாள் என்று நாம் சொல்ல வேண்டிய அவசியமில்லையல்லவா?

போகும்போது பொன்னம்மாள் பூமியில் கால் வைத்தே நடக்கவில்லை; காற்று வெளியிலே மிதந்துகொண்டுதான் சென்றாள். கடைசியில் அவள் நினைத்தபடியே நடந்துவிட்டதல்லவா? குமாரலிங்கத்துக்கு விடுதலையும் பெரிய பதவியும் வந்துவிட்டன என்னும் எண்ணம் அவளுக்கு எல்லையில்லாக் குதூகலத்தை அளித்தது. இதோடு அவரை அந்தக் கோட்டையை விட்டுப் போகாமல் அங்கேயே இருக்கும்படி, தான் வற்புறுத்தியது எவ்வளவு சரியான காரியமாய்ப் போயிற்று என்று நினைவு தோன்றி, அவள் மனத்தில் பெருமிதத்தையும் உற்சாகத்தையும் உண்டு பண்ணியது.

ஆனால் இந்த உற்சாகம், குதூகலம் எல்லாம் சோலைமலைக் கோட்டைக்கு வந்து சேரும் வரையிலேதான் இருந்தன. கோட்டையில் கால் வைத்தவுடனேயே, அவளுடைய உள்ளத்தில் ஒரு சோர்வு உண்டாயிற்று. 'நாளைக்கு இந்நேரம் குமாரலிங்கத் தேவர் இவ்விடத்தில் இருக்கமாட்டார்' என்ற எண்ணம் அவளுக்குச் சொல்லமுடியாத மனவேதனையை உண்டாக்கிற்று.

ஆனால் குமாரலிங்கமோ, பொன்னம்மாளைச் சற்றுத் தூரத்தில் பார்த்ததுமே, "வா, பொன்னம்மா, வா. இன்றைக்கு ஏது இவ்வளவு சீக்கிரம் வந்துவிட்டாய்? வந்தது என்னமோ நல்லதுதான். வா" என்று உற்சாகமான குரலில் வரவேற்றான்.

பொன்னம்மாள் சற்று அருகிலே வந்ததும், "என்ன, கையிலே ஒன்றையும் காணோம்? பலகாரம் கிலகாரம் ஒன்றுமில்லையா? போனால் போகட்டும். ஒருவேளை சாப்பிடாவிட்டால் உயிரா போய்விடும் அதற்காக முகத்தை இப்படி ஏன் வைத்துக்கொள்ள வேண்டும்? இங்கே வந்து உட்கார்ந்து கொள். பொன்னம்மா இன்றைக்கு என் வாழ்க்கையில் ஒரு முக்கியமான நாள். என் வாழ்க்கையில் மட்டும் என்ன? நம் இருவர் வாழ்க்கையிலும் இன்று மிக முக்கியமான தினம்" என்றான்.

பொன்னம்மாளின் முகம் அளவில்லாத அதிசயத்தைக் காட்டியது. "உனக்கு எப்படித் தெரிந்தது?" என்று தடுமாற்றத்துடன் கேட்டாள்.

"பின்னே, எனக்குத் தெரியாமல் வேறு யாருக்குத் தெரியும்? பாட்டு இட்டுக் கட்டியது நான்தானே?" என்றான் குமாரலிங்கம்.

"பாட்டா? என்ன பாட்டு?" என்று பொன்னம்மாள் வியப்பும் குழப்பமும் கலந்த குரலில் கேட்டாள்.

"இங்கே வந்து என் பக்கத்தில் சற்று உட்கார்ந்து கொள்; சொல்லுகிறேன். என் பாட்டனாருக்குப் பாட்டனார் பெரிய கவிராயர், தெரியுமா பொன்னம்மா? சென்னி குளம் அண்ணாமலை ரெட்டியாரின் காவடிச் சிந்துக்குப் போட்டியாக அவர் சாவடிச் சிந்து பாடினாராம். தேசத்தின் அதிர்ஷ்டக் குறைவினால் அந்தச் சாவடிச் சிந்து எழுதியிருந்த ஓலைச் சுவடியைக் கடல் கொண்டு போய்விட்டதாம். அந்தக் கவிராயருடைய வம்சத்தில் பிறந்த என்னுடைய உடம்பிலும் கவியின் இரத்தம் ஓடிக்கொண்டே இருக்கிறது. அது இத்தனை நாளும் எனக்குத் தெரியாமல் இருந்துவிட்டு, திடீரென்று அன்றைக்கு உன்னைப் பார்த்தவுடன்தான் பீறிக்கொண்டு வெளிவந்தது. உன்னைப் பற்றி அன்றைக்கு ஒரு கவியில் இரண்டுஇரண்டு வரியாகப் பாடிக்கொண்டு வந்து இன்றைக்குக் காலையிலேதான் பாட்டைப் பூர்த்தி செய்தேன். கவிதை ரொம்ப அற்புதமாய் அமைந்திருக்கிறது. பாடப்பாட எனக்கே அதில் புதியப்புதிய நயங்கள் வெளியாகி வருகின்றன. நின்று கொண்டேயிருக்கிறாயே? உட்கார்ந்து கொள் பொன்னம்மா. பாட்டைக்கேள்" என்றான் குமாரலிங்கம்.

'இன்றைக்கு என்ன, எல்லோரும் இப்படி மூச்சுவிடாமல் பேசுகிறார்கள்' என்று பொன்னம்மாள் மனத்தில் நினைத்துக் கொண்டாள்; பிறகு, "பாட்டும் ஆச்சு, கூத்தும் ஆச்சு. எல்லாம் இன்றைக்கு ஒருநாள் வாழ்வுதானே? நாளைக்கு இந்நேரம் நீ எங்கேயோ, நான் எங்கேயோ எனக்கு உட்கார நேரமில்லை. வீட்டில் பெரிய விருந்து நடக்கப்போகிறது. சின்னாயிக்கு நான் ஒத்தாசை செய்யவேண்டும்" என்றாள் பொன்னம்மாள்.

அப்போதுதான் குமாரலிங்கம் பொன்னம்மாளைக் கவனித்துப் பார்த்தான். அவளுடைய மனத்தில் ஏதோ பெரிய சமாசாரத்தை வைத்துக்கொண்டிருக்கிறாள் என்பதும், அதை அவள் சொல்ல முடியாதபடி ஏதோ தான் பிதற்றிக்கொண்டிருப்பதும் அவனுக்கு உடனே தெரிய வந்தன. "பொன்னம்மா, என்ன சமாசாரம்?

வீட்டிலே என்ன விசேஷம்? எதற்காக விருந்து? நாளைக்கு நீ எங்கே போகப்போகிறாய்?" என்று திடுக்கிட்ட குரலில் கேட்டான்.

பொன்னம்மாளின் கல்யாணம் சம்பந்தமாக யாராவது வந்திருக்கிறார்களோ, அதற்காகத்தான் விருந்தோ என்னும் விபரீதமான சந்தேகம் ஒரு நொடிப் பொழுதில் தோன்றி அவன் மனத்தை அலைத்தது.

"நான் எங்கேயும் போகவில்லை. நீதான் போகப் போகிறாய். கடிதாசி உனக்குத்தான் வந்திருக்கு; ஜவஹர்லால் நேரு போட்டிருக்காரு" என்று பொன்னம்மாள் சொன்னாளோ இல்லையோ, அதுவரையில் உட்கார்ந்திருந்தபடியே பேசிக்கொண்டிருந்த குமாரலிங்கம் துள்ளிக் குதித்து எழுந்தான்.

"பொன்னம்மா, என்ன சொன்னாய்? நன்றாய்ச் சொல்லு! கடிதாசு வந்திருக்கா? ஜவஹர்லால் நேரு போட்டிருக்காரா? சரியாச் சொல்லு" என்று பொன்னம்மாளின் இரு கரங்களையும் பற்றிக் கொண்டு மிக்க பரபரப்போடு கேட்டான்.

"கையை விடு, சொல்லுகிறேன்" என்றாள் பொன்னம்மாள். பிறகு, கதர்க் குல்லா தரித்த இரண்டு ஆட்கள் வந்திருப்பது பற்றியும், அவர்கள் தண்டோராப் போடச் சொன்னது பற்றியும் விவரமாகக் கூறினாள்.

"அவர்கள் சொன்னதை எங்க அப்பாகூட முதலில் நம்பவில்லை. ஆனால் இரண்டு போலீஸ் ஜவான்கள் வந்து கதர்க் குல்லாக்காரர்களுக்கு ஸலாம் போட்ட பிறகு அவர்கள் பேச்சை நம்பாமல் வேறு என்ன செய்வது? அவர்களுக்கு வீட்டில் விருந்து வைக்கத் தடபுடலாக ஏற்பாடு நடக்கிறது" என்றாள்.

குமாரலிங்கத்துக்கு அச்சமயம் பழைய காலேஜ் நாட்களின் வாசனை எப்படியோ வந்து சேர்ந்தது. மேல்துணியை எடுத்து ஆகாசத்தில் வீசி எறிந்து, 'ஹிப் ஹிப் ஹுர்ரே!' என்று சத்தமிட்டான். பிறகு இந்தியாவுக்குச் சுயராஜ்யம் வந்திருப்பதைக் கேவலம் அப்படி ஒரு இங்கிலீஷ் கோஷத்தினால் கொண்டாடியது பற்றி வெட்கப்பட்டவனாய்,

> ஆடுவோமே பள்ளுப் பாடுவோமே
> ஆனந்த சுதந்திரம் அடைந்துவிட்டோ மென்று

என்னும் பாரதியார் பாடலைப் பாடி அந்த மகத்தான சம்பவத்தைக் கொண்டாடினான்.

மேற்படி பாரதியார் பாடல் வரிகளைத்தான் எத்தனை நூறு தடவை அவன் ஏற்கனவே பாடியிருக்கிறான்? எத்தனை ஆயிரம் தடவை பிறர் பாடக் கேட்டிருக்கிறான்?

அப்போதெல்லாம் ஏதோ வெறும் வார்த்தைகளாயிருந்த பாட்டு, இப்போது பொருள் ததும்பி விளங்கிற்று. உண்மையாகவே, பாரத தேசம் சுதந்திரம் அடைந்துவிட்டது. அந்த ஆனந்த சுதந்திரத்தில் தனக்கும் விசேஷமான பங்கு உண்டு; பங்கு கேட்பதற்குத் தனக்கு உரிமை உண்டு; சென்ற ஒருமாத காலத்திற்குள் தேசத்தின் சுதந்திரத்துக்காக, தான் செய்திருக்கும் தொண்டானது மேற்படி உரிமையைத் தனக்கு அளித்திருக்கிறது.

ஆகா, வருங்காலம் எவ்வளவு ஆனந்தமயமாக இருக்கப் போகிறது? தேசத்துக்கு எப்படியோ, அப்படியே தனக்குந்தான்.

குமாரலிங்கம் வருங்காலச் சுதந்திர வாழ்க்கையைப் பற்றி ஆனந்தக் கனவு கண்டுகொண்டிருந்த அந்தச் சில நிமிஷங்களில், பொன்னம்மாள் தன்னுடைய ஆகாசக் கோட்டையெல்லாம் தகர்ந்து துகள்துகளாகப் போய்க்கொண்டிருப்பதை உணர்ந்தாள்.

தன்னைச் சோலைமலை இளவரசியென்றும், குமாரலிங்கத்தை மாறனேந்தல் மகாராஜா என்றும் அவள் கற்பனை செய்து மகிழ்ந்ததெல்லாம் மாயக் கனவாகவே போய்விட்டது. குமாரலிங்கம் இனி ஒரு கணமும் இங்கே தங்கப் போவதில்லை; இவ்விடத்தை விட்டுப் போனபிறகு இந்தப் பட்டிக்காட்டுப் பெண்ணைக் கவனிக்கப் போவதுமில்லை.

'சீ!' இது என்ன வீண் ஆசை? இந்த மாய வலையில் நாம் ஏன் சிக்கினோம்?' என்ற வைராக்கிய உணர்ச்சி அவளுக்கு அப்போது ஏற்பட்டது.

வீட்டுக்குத் திரும்பிச் சென்றதும் சின்னாயி தன்னைத் திட்டப் போகிறாளே என்பதும் நினைவு வந்தது. ஒரு பெருமூச்சு விட்டுவிட்டு, "சரி நான் போய் வாரேன்" என்று சொல்லிக்கொண்டே புறப்பட்டாள்.

15

கைமேலே பலன்

இத்தனை நேரமும் கனவு லோகத்தில் சஞ்சாரித்துக் கொண்டிருந்த குமாரலிங்கம், பொன்னம்மாள் "போய் வாரேன்" என்று

சொல்லிக்கொண்டு புறப்பட்டதும் இவ்வுலகத்துக்குத் திடும் என்று வந்தான். "போகிறாயா? எங்கே போகிறாய்?" என்று கேட்டுக் கொண்டே பொன்னம்மாளின் கரங்களைப் பிடித்துக் கீழே விழுந்து கிடந்த பழைய அரண்மனைத் தூண் ஒன்றின் பேரில் அவளை உட்காரவைத்தான்.

"நான் சீக்கிரம் போகாவிட்டால் சின்னாயி என்னை வெட்டி அடுப்பிலே வைத்துவிடுவாள். அந்தக் காந்திக் குல்லாக்காரர்கள் உனக்காகக் காத்துக்கொண்டிருக்கிறார்கள். உன் பெயரைச் சொல்லி ஊரெல்லாம் தமுக்கு அடித்துத் தண்டோராப் போடுவானேன்? நீயே போய் ஆஜராகிவிடு. அதோ கிராமச் சாவடியும் இலுப்ப மரமும் தெரிகிறதல்லவா? அங்கேதான் எங்கள் வீடு இருக்கிறது. நான் ஊருணியில் குளித்துவிட்டுச் சற்றுநேரம் சென்ற பிறகு வருகிறேன்" என்றாள் பொன்னம்மாள்.

"அதெல்லாம் ரொம்ப சரி; அப்படியே செய்யலாம். ஆனால் என்னுடைய பாட்டை மட்டும் இப்போதே நீ கேட்டுவிட வேண்டும். கேட்டுவிட்டு உடனே போய்விடலாம்" என்றான் குமாரலிங்கம்.

"சரி, படிக்கிற பாட்டைச் சீக்கிரம் படி" என்றாள் பொன்னம்மாள்.

குமாரலிங்கம் அவ்விதமே தான் கவனம் செய்திருந்த பாட்டைப் பாடிக்காட்ட ஆரம்பித்தான்.

பொன்னம்மாள் ரொம்பப் பொல்லாதவள் - அவள்
பொய் என்ற வார்த்தையே சொல்லாதவள்
சொன்னதைச் சொல்லும் கிளியினைப் போல் - என்றும்
சொன்னதையே அவள் சொல்லிவிடுவாள்!
மன்னர் குலம் தந்த கன்னியவள் - இந்த
மாநிலத்தில் நிகர் இல்லாதவள்
அன்னம் அவள் நடை அழகு கண்டால் - அது
அக்கணமே தலை கவிழ்ந்துவிடுமே!
பாடும் குயில் அவள் குரல் கேட்டால் - அது
பாட்டை மறந்து பறந்திடுமே!
மாடும் மரங்களும் அவளுடைய - உயர்
மாட்சிமைக்கு வலம் வந்திடுமே!
கூந்தல் முடிப்பிலே சொகு கடையாள் - விழிக்
கோணத்திலே குறுநகையுடையாள்! - அவள்
மாந்தளிர் மேனியைக் கண்டவர்கள் - அந்த
மாமரம் போலவே நின்றிடுவர்!

கற்பக மலர்களோ அவள் கரங்கள் - அந்தக்
கண்களில்தான் என்ன மந்திரமோ?
அற்புதமோ ஒரு சொப்பனமோ? - இங்கு
ஆர் அறிவார் அவள் நீர்மை யெல்லாம்!
பொன்னம்மாள் மிகப் பொல்லாதவள் - அவள்
பொய்சொல்லக் கொஞ்சமும் அஞ்சாதவள்!
அன்னம் படைக்கவே வந்திடுவாள் - எனில்
அமுது படைத்து மகிழ்ந்திடுவாள்!
ஆனதால் என் அருந் தோழர்களே - நீங்கள்
அவளை மணந்திட வந்திடாதீர்!...

இத்தனை நேரம்வரை மேற்படி பாடலை முரண்பட்ட உணர்ச்சிகளோடு கேட்டு வந்தாள் பொன்னம்மாள். பாட்டிலே இருப்பது பாராட்டா, பரிகாசமா என்று அவளுக்கு நன்றாய்த் தெரியவில்லை. ஒரு சமயம் புகழ்வது போலிருந்தது; இன்னொரு சமயம் கேலி செய்வது போலவும் இருந்தது. ஆனால் கடைசி வரிகள் இரண்டையும் கேட்டதும், பாட்டு முழுவதும் பரிகாசந்தான் என்ற நிச்சயம் ஏற்பட்டுக் கோபம் பொங்கிக்கொண்டு வந்தது.

"சே, போ! போதும். உன் பாட்டு, நிறுத்திக்கொள். எவன் என்னைக் கண்ணாலம் செய்துகொள்ள வரப்போகிறான் என்று நான் காத்துக் கிடக்கிறேனாக்கும்" என்று சீறினாள் பொன்னம்மாள்.

"பொன்னம்மா, இன்னும் இரண்டே இரண்டு வரிதான் பாட்டில் பாக்கி இருக்கிறது. அதைச் சொல்லட்டுமா, வேண்டாமா? அதற்குள் கோபித்துக்கொண்டுவிட்டாயே?" என்றான் குமாரலிங்கம்.

"சரி, அதையுந்தான் சொல்லிவிடு" என்று பதில் வந்தது.

குமாரலிங்கம் முதல் இரண்டு வரிகளையும் சேர்த்துப் பாட்டைச் சொல்லி முடித்தான்:

ஆனதால் என் அரும் தோழர்களே - நீங்கள்
அவளை மணந்திட வந்திடாதீர்!
ஏனென்று கேளுங்கள் இயம்பிடுவேன் - இங்கு
யானே அவளை மணந்து கொண்டேன்!

கடைசி இரண்டு வரிகளைக் கேட்டதும் பொன்னம்மாள் தன்னையறியாமல் கலீர் என்று நகைத்தாள். உடனே வெட்கப்பட்டுத் தலையைக் குனிந்துகொண்டாள், திரும்பவும் குமாரலிங்கத்தை ஏறிட்டு நோக்கி, "மாறனேந்தல் மகாராஜாவாயிருந்தால் இந்த

மாதிரியெல்லாம் கன்னாபின்னா என்று பாடுவாரா? ஒருநாளும் மாட்டார்" என்றாள்.

பல தடங்கல்களுக்கும் தயக்கங்களுக்கும் பிறகு பொன்னம்மாள் குமாரலிங்கத்திடம் விடை பெற்றுக்கொண்டு பிரிந்து சென்றபோது மிக்க குதூகலத்துடனேயே சென்றாள்.

அந்தப் பாழடைந்த கோட்டையில் காலடி வைத்தவுடனே அவளுக்கு ஏற்பட்ட சந்தேகங்களும் பயங்களும் அங்கிருந்து திரும்பிச் சென்றபோது அவளை விட்டு நீங்கியிருந்தன.

குமாரலிங்கத்தின் பாடலில் அவளுடைய ஞாபகத்தில் இருந்த சில வரிகளை வாய்க்குள்ளே முணுமுணுத்துக்கொண்டே போனாள்.

ஊருணியில் போய்ச் சாவகாசமாகக் குளித்தாள். பின்னர் வீட்டை நோக்கிக் கிளம்பினாள். போகும்போது இத்தனை நேரம் குமாரலிங்கத் தேவர் தன் வீட்டுக்குப் போயிருப்பார்; அவரை இப்படி உபசரிப்பார்கள், அப்படி வரவேற்பார்கள் என்றெல்லாம் எண்ணமிட்டுக்கொண்டு சென்றாள். அவரைக் குதிரைச் சாரட்டில் வைத்து ஊர்வலம் விட்டாலும் விடுவார்கள். ரோஜாப்பூ மாலையும் செவந்தி மலர் மாலையும் பச்சை ஏலக்காய் மாலையும் அவருக்குப் போடுவார்கள். இன்று சாயங்காலம் இலுப்ப மரத்தடியில் மீட்டிங்கி நடந்தாலும் நடக்கும் என்று சிந்தனை செய்து கொண்டு உல்லாசமாக நடந்து சென்றாள்.

ஆனால், சிறிது தூரம் நடந்ததும் அவளுடைய உல்லாசம் குறைவதற்கு முகாந்தரம் ஏற்பட்டது.

அவளுடைய தந்தை வேட்டை நாய் சகிதமாகச் சற்றுத் தூரத்தில் போய்க்கொண்டிருப்பதைக் கண்டதும் அவளுக்குச் சொரேல் என்றது.

வீட்டில் விருந்தாளிகளை வைத்துவிட்டு இவர் எங்கே கிளம்பிப் போகிறார்? ஒருவேளை தன்னைத் தேடிக்கொண்டுதானோ? சின்னாயி கோள் சொல்லிக் கொடுத்துவிட்டாளோ? நடையின் வேகத்தைப் பார்த்தால் மிக்க கோபமாய்ப் போகிறதாகத் தென்படுகிறதே! அப்பாவின் கண்ணில் படாமல் ஒரு மரத்தின் பின்னால் மறைந்து நின்றுவிட்டு அவர் போனதும் விரைவாக வீட்டை நோக்கிச் சென்றாள். அவர் வீடு வந்து சேருவதற்குள், தான் போய்ச் சேர்ந்து நல்ல பெண்ணைப்போல் சமையல் வேலையில் ஈடுபட வேண்டுமென்று தீர்மானித்துக்கொண்டு நடந்தாள்.

ஊருணியிலிருந்து அவளுடைய வீடு இருந்த வீதிக்குச் சென்று குறுக்குச் சந்தில் திரும்பியதும், படமெடுத்து ஆடும் பாம்பைத்

திடீரென்று எதிரில் கண்டவளைப்போல் பயங்கரமும் திகைப்பும் அடைந்து நின்றாள்.

ஐயோ, இது என்ன? இவ்வளவு போலீஸ் ஜவான்கள் எதற்காக வந்தார்கள்? அவர்களுக்கு மத்தியிலே இருப்பவர் யார்? குமாரலிங்கம் போலிருக்கிறதே? ஐயோ! இது என்ன? அவர் இரண்டு கையையும் சேர்த்து... கடவுளே! விலங்கல்லவா போட்டிருக்கிறது?

இதெல்லாம் உண்மைதானா? நாம் பார்க்கும் காட்சி நிஜமான காட்சிதானா? அல்லது ஒரு கொடூரமான துயரக்கனவு காண்கிறோமா?

அந்தக் காந்திக் குல்லாக்காரர்கள் எங்கே? ஆஹா, அவர்கள் இப்போது வேறு உருவத்தில், சிவப்புத் தலைப் பாகையுடன் தோன்றுகிறார்களே? ஆம், அதோ பின்னால் பேசிச் சிரித்துக்கொண்டு வருகிறவர்கள் அவர்கள்தான், சந்தேகமில்லை.

திகைத்து, ஸ்தம்பித்து, முன்னால் போவதா, பின்னால் போவதா என்று தெரியாமல், கண்ணால் காண்பதை நம்புவதா, இல்லையா என்றும் நிச்சயிக்க முடியாமல் பொன்னம்மாள் அப்படியே நின்றாள்.

போலீஸ் ஜவான்களின் பேச்சில் சில வார்த்தைகள் காதிலே விழுந்தன.

“எவ்வளவு ஜோராய் மாப்பிள்ளை மாதிரி நேரே வந்து சேர்ந்தான்? வந்ததுமில்லாமல், ‘நான்தான் புரட்சித் தொண்டன் குமாரலிங்கம். நீங்கள் எங்கே வந்தீர்கள்?’ என்று கேட்டானே என்ன தைரியம் பார்த்தீர்களா?” என்றார் ஒரு போலீஸ்காரர்.

“அந்தத் தைரியத்துக்குத்தான் கைமேல் உடனே பலன் கிடைத்துவிட்டதே?” என்று சொன்னார் இன்னொரு போலீஸ்காரர்.

குமாரலிங்கத்தின் கையில் பூட்டியிருந்த விலங்கைத்தான் அவர் அப்படிக் ‘கைமேல் பலன்’ என்று சிலேடையாகச் சொல்கிறார் என்று தெரிந்துகொண்டு மற்றவர்கள் ‘குபீர்’ என்று சிரித்தார்கள்.

அந்தச் சிரிப்புச் சத்தத்தினிடையே ‘வீல்’ என்ற ஒரு சத்தம் இதயத்தின் அடிவாரத்திலிருந்து உடம்பின் மேலுள்ள ரோமக் கால்கள் வரையில் குலுங்கச் செய்த சொல்லமுடியாத சோகமும் பீதியும் அடங்கிய சத்தம் கேட்டது. போலீஸ் ஜாவன்களின் பரிகாசப் பேச்சைக் கேட்டுக்கொண்டு தலைகுனிந்த வண்ணம் நடந்து வந்த

தொண்டன் குமாரலிங்கத்தின் காதிலும் மேற்படி சத்தம் விழுந்தது. சத்தம் வந்த திசையை நோக்கி அவன் ஏறிட்டுப் பார்த்தான்.

பொன்னம்மாளின் முகம் ஏமாற்றம், துயரம், பீதி, பச்சாதாபம் ஆகிய உணர்ச்சிகள் ஒன்றோடொன்று போட்டியிட்ட முகம் மின்னல் மின்னுகின்ற நேரத்துக்கு அவன் கண்முன்னால் தெரிந்தது. அடுத்த விநாடி பொன்னம்மாள் தான் வந்த பக்கமே திரும்பினாள். அந்தக் குறுக்குச் சந்தின் வழியாக அலறிக்கொண்டு ஓடினாள்.

போலீஸ் ஜவான்களின் ஒருவர், "பார்த்தீங்களா ஐயா, சிவப்புத் தலைப்பாகையைப் பார்த்துப் பயப்படுகின்றவர்கள் இந்த உலகத்தில் இன்னும் சிலர் இருக்கத்தான் இருக்கிறார்கள். ஆனால், இந்த வீராதி வீரன் இருக்கிறானே, இவன் மட்டும் போலீஸுக்குப் பயப்பட மாட்டான்; துப்பாக்கி, தூக்குத் தண்டனை ஒன்றுக்கும் பயப்பட மாட்டான். எதற்கும் பயப்பட மாட்டான்" என்று சொல்லிக் கொண்டே குமாரலிங்கத்தின் கழுத்திலே கையை வைத்து ஒரு தள்ளு தள்ளினார்.

பொன்னம்மா வீறிட்டுக் கதறிய சத்தம் குமாரலிங்கத்தின் காதில் விழுந்ததோ, இல்லையோ, அந்தக் கணத்திலேயே அவன் நூறு வருஷங்களுக்கு முன்னால் சென்றுவிட்டான்.

இதோ அவன் எதிரில் தெரிவது போன்ற ஒரு பிரம்மாண்டமான இலுப்ப மரந்தான் அது; ஆனால் இன்னும் செழிப்பாக வளர்ந்து நாலாபுறமும் கிளைகள் தழைத்துப் படர்ந்திருந்தன. சோலைமலைக் கோட்டை வாசலுக்கு எதிரே கூப்பிடு தூரத்தில் அந்த மரம் நின்றது. மரத்தின் அடியில் இதுபோலவே மேடையும் இருந்தது. ஆனால், அந்த மரத்தின் கீழேயும் மரத்தின் அடிக்கிளையிலும் தோன்றிய காட்சிகள்... அம்மம்மா! குமாரலிங்கம் கண்களை மூடிக்கொண்டான். கண்களை மூடிக்கொண்டால் மட்டும் ஆவதென்ன? அவனுடைய மனக்கண்ணின் முன்னால் அந்தக் காட்சிகள் தோன்றத்தான் செய்தன.

இலுப்ப மரத்தின் வயிரம் பாய்ந்த வலுவான அடிக்கிளையில் ஏழெட்டுக் கயிறுகள், ஒவ்வொன்றின் நுனியிலும் ஒரு சுருக்குப் போட்ட வளையத்துடன் தொங்கிக்கொண்டிருந்தன.

தொங்கிய வளையம் ஒவ்வொன்றின் அடியிலும் ஒவ்வொரு மனிதன் நின்றுகொண்டிருந்தான்.

அப்படி நின்றவர்களைச் சூழ்ந்து பல சிப்பாய்கள் வட்டமிட்டு நின்றார்கள்.

மரத்தடி மேடையில் ஒரு வெள்ளைக்கார துரை 'ஜம்' என்று உட்கார்ந்திருந்தார். அவர் இரண்டு கையிலும் இரண்டு துப்பாக்கிகள் இருந்தன. அவருடைய வெள்ளை முகம் கோப வெறியினால் சிவப்பாக மாறியிருந்தது.

மேடைக்கு அருகில் சோலைமலை மகாராஜா கீழே நின்று துரையிடம் ஏதோ கேட்டுக்கொண்டிருந்தது போலத் தோன்றியது. "அதெல்லாம் முடியாது; முடியவே முடியாது" என்று துரை மிக விறைப்பாகப் பதில் சொல்லுவது போலும் தெரிந்தது.

மரக்கிளையில் தொங்கிய சுருக்குக் கயிறு ஒன்றின் கீழே மாறனேந்தல் உலகநாதத்தேவர் நின்றுகொண்டிருந்தார். துரையிடம் சோலைமலை மகாராஜா ஏதோ கெஞ்சிக் கேட்டுக்கொண்டிருந்தது அவருக்குக் கொஞ்சமும் பிடிக்கவில்லை. தம்முடைய உயிரைத் தப்புவிப்பதற்காகத்தான் சோலைமலை மகாராஜா அப்படி மன்றாடுகிறாரோ என்ற சந்தேகம் இவர் மனத்தில் உதித்திருந்தது. அதை எப்படியாவது தடுத்து நிறுத்த வேண்டுமென்ற ஆவல் அவர் மனத்தில் பொங்கி எழுந்தது. 'ஆறிலும் சாவு? நூறிலும் சாவு!' என்னும் பழமொழியை ஆயிரந்தடவை கேட்டிருந்தும், அந்நிய நாட்டான் ஒருவனிடம் போய் எதற்காக உயிர்ப் பிச்சைக் கேட்க வேண்டும்? அதிலும் வீரமறவர் குலத்தில் பிறந்தவர்களுக்கு அடுக்கக்கூடிய காரியமா, அது?

சோலைமலை மகாராஜாவைக் கூப்பிட்டுச் சொல்லிவிடலாமா என்று உலகநாதத் தேவர் யோசித்துக்கொண்டிருந்த போது, கோட்டைக்குள்ளே அரண்மனை அந்தப்புரத்தின் மேன்மாடம் தற்செயலாக அவருடைய கண்ணையும் கருத்தையும் கவர்ந்தது. மேன்மாடம் கவரவில்லை. மேல் மாடத்திலே தோன்றிய ஒரு பெண் உருவந்தான் கவர்ந்தது. வெகு தூரத்தில் இருந்தபடியால் உலகநாதத் தேவரின் கூரிய கண்களுக்குக்கூட அந்த உருவம் யாருடையது என்பது நன்றாய்த் தெரியவில்லை. ஆனால், அவருடைய மனத்துக்கு அவள் இளவரசி மாணிக்கவல்லிதான் என்று தெரிந்துவிட்டது.

முதலில், இந்தக் கோரக் காட்சியைப் பார்ப்பதற்குச் சோலைமலை இளவரசி அந்தப்புரத்து மேன் மாடத்துக்கு வரவேண்டுமா என்று உலகநாதத் தேவர் எண்ணினார். பின்னர், தம்முடைய வாழ்நாளின் கடைசி நேரத்தில் இளவரசியைப் பார்க்க நேர்ந்த பாக்கியத்தை எண்ணி மகிழ்ந்தார். அடுத்த கணத்தில், "ஐயோ, இந்த விவரமெல்லாம் அவளுக்குத் தெரியும்போது என்னமாய் மனந்துடிப்பாளோ?" என்று எண்ணி வேதனை

அடைந்தார். எனினும், சோலைமலை மகாராஜா தம்மிடம் கொண்டிருந்த விரோதத்தை மாற்றிக்கொண்டது இளவரசிக்கு ஓரளவு ஆறுதல் அளிக்குமல்லவா என்ற எண்ணம் தோன்றியது. தாம் சொல்லி அனுப்பிய செய்தியை மாணிக்கவல்லியிடம் சோலைமலை மகாராஜா சரியாகச் சொல்லவேண்டுமே என்ற கவலைத் தொடர்ந்து வந்தது.

ஐயோ, இதென்ன? மாடி முகப்பின் மேல் நின்ற பெண் உருவம் 'வீல்' என்று அலறும் சத்தத்துடனே கீழே விழுகிறதே?

கடவுளே, சோலைமலை இளவரசி அல்லவா அந்தப்புரத்தின் மேல் மாடியிலிருந்து கீழே விழுந்துவிட்டாள்? ஐயோ! அவள் உயிர் பிழைப்பாளா?

சோலைமலை மகாராஜா துரையிடம் மன்றாடுவதை நிறுத்திவிட்டு "ஓ!" என்று அலறிக்கொண்டு கோட்டை வாசலை நோக்கி ஓடினார்.

மாறனேந்தல் உலகநாதத் தேவரும் தம்முடைய நிலையை மறந்து, கோட்டை வாசலை நோக்கித் தாமும் பறந்து ஓடினார்.

'டும்' 'டும்' 'டுடும்' என்று துப்பாக்கி வேட்டுகள் தீர்ந்தன.

போலீஸ் ஜவனால் கழுத்தைப் பிடித்துத் தள்ளப்பட்ட தேசத் தொண்டன் குமாரலிங்கம் தரையிலே விழுந்து மூர்ச்சையானான்.

16

கயிறு தொங்கிற்று!

இரவுக்கும் பகலுக்கும் அதிக வேற்றுமையில்லாமல் இருள் சூழ்ந்திருந்த எட்டடிச் சதுர அறையில் குமாரலிங்கம் தன்னந்தனியாக அடைக்கப்பட்டிருந்தான்.

இரவிலே இரும்புக் கதவுக்குக் கொஞ்சதூரத்தில் ஒரு கரியடைந்த ஹரிகேன் லாந்தர் மங்கிய சோகமான ஒளியைத் தயக்கத்துடன் வெளியிட்டுக் கொண்டிருந்தது.

பகலில், அவன் அடைபட்டிருந்த அறையின் பின்புறச் சுவரில் இரண்டு ஆள் உயரத்தில் இருந்த சிறு ஜன்னல் துவாரம் வழியாக மங்கிய வெளிச்சம் வரலாமோ, வரக்கூடாதோ என்று தயங்கித் தயங்கி எட்டிப் பார்த்துக்கொண்டிருந்தது.

குமாரலிங்கத்தின் உள்ளத்தின் நிலைமையும் ஏறக்குறைய வெளிப்புற நிலைமையை ஒத்திருந்தது. குழப்ப இருள் சூழ்ந்து எதைப் பற்றியும் தெளிவாகச் சிந்திக்க முடியாத நிலையை அவன் மனம் அடைந்திருந்தது. பார்த்தவர்கள் அவனுக்குச் 'சித்தப் பிரமை' பிடித்திருக்கிறது என்று சொல்லும்படி தோன்றினான். ஆனாலும் இருள் சூழ்ந்த அவனுடைய உள்ளத்தில் சிற்சில சமயம் அறிவின் ஒளி இலேசாகத் தோன்றிச் சிந்திக்கும் சக்தியும் ஏற்பட்டது. அத்தகைய சமயங்களில், ஆகா, அவனுடைய மனத்தில் என்னவெல்லாம் எண்ணங்கள் குமுறி அலைமோதிக் கொண்டு பாய்ந்தன.

சோலைமலைக் கிராமத்தில் ஏழெட்டு மாதங்களுக்கு முன்னால் காந்திக் குல்லாக் கதர்வேஷம் தரித்த போலீஸாரால் கைது செய்யப்பட்டதிலிருந்து அவன் கண்டும், கேட்டும், அனுபவித்தும் அறிந்த பயங்கரக் கொடுமை நிறைந்த சம்பவங்கள், அதற்கு முன்னால் சோலைமலைக் கோட்டையில் கழித்த ஆனந்தமான பத்துப் பன்னிரண்டு தினங்கள், அதற்கு முந்தித் தளவாய்க் கோட்டையில் ஒருநாள் நடந்த புரட்சிகரமான காரியங்கள், இன்னும் நூறு வருஷத்துக்கு முன்னால் சோலைமலை மாறனேந்தல் இராஜ்யங்களில் நேர்ந்த அபூர்வ நிகழ்ச்சிகள் எல்லாம் ஒன்றன்பின் ஒன்றாகவும் சில சமயம் சேர்ந்தார் போலவும் அவன் மனத்தில் தோன்றி அல்லோல கல்லோலம் விளைத்தன.

இத்தனைக்கும் மத்தியில், அவன் அறிவு தெளிவடைந்து சிந்தனை செய்து கொண்டிருக்கும்போதும் சரி, தெளிவில்லாத பலப்பல எண்ணங்கள் போட்டியிட்டுப் பாய்ந்து கொண்டிருக்கும் போதும் சரி, சிந்தனா சக்தியை இழந்து 'பிரமை' பிடித்து அவன் உட்கார்ந்திருக்கும் போதும் சரி, ஒரே ஒரு விஷயம் மட்டும் அவன் மனத்திலிருந்து மறையாமல் எப்போதும் குடிகொண்டிருந்தது. அது அவன் தலைக்கு மேலே வட்டச் சுருக்கிட்ட ஒரு கயிறு, அவனைத் தூக்கிலிட்டுக் கழுத்தை நெரித்துக் கொல்லப்போகிற கயிறு எப்போதும் தொங்கிக்கொண்டிருக்கிறது என்னும் பிரமைதான்.

அந்தக் கயிற்றிலிருந்து தப்ப வேண்டுமானால் அதற்கு ஒரே ஒரு வழிதான் உண்டு; முன்னொரு ஜன்மத்தில்தான் மாறனேந்தல் மகாராஜாவாகப் பிறந்திருந்தபோது, எந்த முறையைப் பின்பற்றி அவன் தூக்குக் கயிற்றிலிருந்து தப்பினானோ, அதே முறையையே இப்போதும் பின்பற்றியாக வேண்டும்.

அதாவது, சிறைச்சாலையிலிருந்தோ போலீஸ் காவலிலிருந்தோ தப்பித்துக்கொண்டு ஓட முயலவேண்டும். ஓட முயல்வது உயிர்ப்

பிழைக்க வேண்டுமென்ற ஆசையினால் அல்ல; உயிர்ப் பிழைக்கலாம் என்ற நம்பிக்கையினாலும் அல்ல. அப்படித் தப்பி ஓட முயலும்போது முன்னொரு ஜன்மத்தில் நடந்தது போலவே சிறைக் காவலர்களோ போலீஸ்காரர்களோ தன்னை நோக்கிச் சுடுவார்கள். குண்டு தன் முதுகிலே பாய்ந்து மார்பின் வழியாக வெளியே வரும். அதன் பின்னால் 'குபுகுபு'வென்று இரத்தம் பெருகும். அந்த க்ஷணமே அவன் உணர்விழந்து கீழே விழுவான். அப்புறம் மரணம்; முடிவில்லாத மறதி; எல்லையற்ற அமைதி.

குமாரலிங்கம் அப்போது விரும்பியதெல்லாம் இத்தகைய மரணம் தனக்குக் கிட்டவேண்டும் என்பதுதான். அவன் மரணத்துக்கு அஞ்சவில்லை; சாகாமல் உயிரோடிருக்க வேண்டும் என்று ஆசைப்படவும் இல்லை. ஆனால் தூக்குமரத்தில் கயிற்றிலே தொங்கிப் பிராணனை விடமட்டும் அவன் விரும்பவில்லை. அந்த எண்ணமே அவனுடைய உடம்பையும் உள்ளத்தையும் சொல்ல முடியாத வேதனைக்கு உள்ளாக்கிற்று.

அவன் தூக்கு மரத்தைப் பார்த்ததில்லை; தூக்குப்போடும் காட்சி எப்படியிருக்கும் என்றும் அவனுக்குத் தெரியாது. எனவே, தூக்குத் தண்டனை என்று நினைத்ததும், தாழ்ந்து படர்ந்த மரக்கிளையில் முடிச்சுடன் கூடிய கயிறு தொங்கிய காட்சிதான் அவனுக்கு நினைவு வந்தது. அத்தகைய மரக்கிளை ஒன்றில் அவனுடைய உடம்பு தூக்குப்போட்டு தொங்குவது போலவும், உடம்பிலிருந்து வெளியேறிய தன்னுடைய உயிர் அந்த உடம்பைச் சுற்றிச்சுற்றி வருவது போலவும் அடிக்கடி அவனுக்குப் பிரமை உண்டாகும்.

சில சமயம் விழித்திருக்கும்போதும், சில சமயம் அரைத் தூக்கத்திலும் அவனுக்கு இம்மாதிரி அனுபவம் ஏற்படும்போது அது முற்றிலும் உண்மை நிகழ்ச்சிப் போலவே இருக்கும். அப்போது குமாரலிங்கம், "கடவுளே!" என்று வாய்விட்டுக் கதறுவான். உடனே விழிப்பு உண்டாகும். அவன் உடம்பெல்லாம் சொட்ட வியர்த்து விட்டுச் சிறிதுநேரம் வரையில் நடுங்கிக் கொண்டேயிருக்கும்.

இந்த மாதிரி பயங்கரம் நிறைந்த வாழ்க்கை இன்னும் எத்தனை நாளைக்கு வாழவேண்டுமோ என்று எண்ணிஎண்ணி அவன் ஏங்கத் தொடங்கினான்.

இந்தியா தேசத்துக்குச் சுயராஜ்யம் கிடைக்கும் என்ற நம்பிக்கையும், தனக்கும் தன்னுடைய சகோதரக் கைதிகளுக்கும் விடுதலை கிடைக்கும் என்ற ஆசையும் அவனுக்கு இப்போதெல்லாம்

சிறிதும் இருக்கவில்லை. விசாரணைக்காகக் கோர்ட்டுகளுக்குப் போகும்போதும் திரும்பி வரும்போதும் மற்றபடி அபூர்வமாக மற்ற சகோதர அரசியல் கைதிகளைச் சந்திக்கும் போதும், "சுயராஜ்யம் சீக்கிரம் வரும்" என்று யாராவது சொல்லக் கேட்டால், அவன் புன்சிரிப்புக் கொள்வான். சிறைப்பட்ட நாளிலிருந்து அவன் புன்னகை புரிவதென்பது இந்த ஒரு சந்தர்ப்பத்திலேதான் என்று சொல்லலாம்.

ஏனெனில், "சுயராஜ்யம்" என்ற வார்த்தை காதில் விழுந்ததும், அவன் சிறைப்பட்ட புதிதில் அடைந்த அநுபவங்கள் ஞாபகத்துக்கு வரும். தினம் தினம் புதிது புதிதாகத் தொண்டர்களைக் கைது செய்துகொண்டு வருவார்கள். ஒரு போலீஸ்காரர் இன்னொரு போலீஸ்காரரைப் பார்த்து, "இவர் பெரிய தேசபக்தர், அப்பா. இவருக்குக் கொடு, சுயராஜ்யம்" என்பார். உடனே 'தப தப'வென்று சத்தம் கேட்கும். அடிவிழும் சத்தந்தான். அடி என்றால் எத்தனை விதமான அடி! சில தொண்டர்கள் பல்லைக் கடித்துக்கொண்டு பொறுத்திருப்பார்கள். வேறு சிலர் அலறுவார்கள். ஒவ்வோர் அடிக்கும் ஒவ்வொரு 'வந்தே மாதர' கோஷம் செய்து நினைவு இழக்கும் வரையில் அடிபட்டவர்களும் உண்டு. இடையிடையே, "சுயராஜ்யம் போதுமா?" "சுயராஜ்யம் போதுமா?" என்ற கேள்விகளும் கிளம்பும்.

இந்தப் பயங்கர அனுபவங்களைக் குமாரலிங்கம் சொந்தமாக அனுபவிக்கவில்லை. சோலைமலைக் கிராமத்தில் அவன் கழுத்தைப் பிடித்துத் தள்ளியதும் அவன் மூர்ச்சையடைந்து விழுந்ததிலிருந்து போலீஸார் அவன் விஷயத்தில் ஜாக்கிரதையாகவே இருந்தார்கள். அதோடு ஸப் ஜெயிலில் முதன்முதலாக அவனை வந்து பார்த்த டாக்டர் அவனுக்கு இருதயம் பலவீனமாய் இருக்கிறதென்றும், நாடி துடிப்பு அதிவிரைவாக இருக்கிறதென்றும் சொல்லிவிட்டார். எனவே, குமாரலிங்கம் மேற்படி அனுபவங்களிலிருந்து தப்பிப் பிழைத்தான். ஆனால், மற்றவர்கள் பட்ட அடியெல்லாம் அவன் மனத்தில் என்றும் மறக்க முடியாதபடி பதிந்திருந்தது.

எனவே, "சுயராஜ்யம் வரப்போகிறது" என்ற பேச்சைக் கேட்டாலே அவனுடைய முகத்தில் அவநம்பிக்கையோடு கூடிய துயரப் புன்னகை தோன்றுவது வழக்கமாயிற்று.

மேலும், அப்படி நடவாத காரியம் நடந்து சுயராஜ்யமே வந்துவிட்டால்தான் என்ன? தனக்கும் அதற்கும் என்ன சம்பந்தம்? சுயராஜ்ய இந்தியாவில், தான் இருந்து வாழப்போவதில்லை. அது

நிச்சயம். நூறு வருஷத்துக்கு முன்னால் மாறனேந்தல் உலகநாதத் தேவனுக்கு என்ன கதி நேர்ந்ததோ, அதுதான் தனக்கு இந்த ஜன்மத்தில் நேரப்போகிறது. அதைப்பற்றிச் சந்தேகமில்லை.

சோலைமலை மணியக்காரர் வீட்டு முன்னிலையில் குமாரலிங்கம் கைது செய்யப்பட்டதிலிருந்து அவனுக்கு மானஸிகக் காட்சியில் பரிபூரண நம்பிக்கை ஏற்பட்டுவிட்டது. ஏறக்குறைய எல்லா நிகழ்ச்சியும் அந்த ஜன்மத்தில் நடந்தது போலவே இப்பொழுதும் நடந்து வருகிறதல்லவா?

கொஞ்சநஞ்சம் இருந்த சந்தேகமும் சில நளைக்கு முன்பு சோலைமலை மணியக்காரர் அவனைச் சிறையிலே பார்த்துப் பேசியதிலிருந்து அடியோடு நீங்கிவிட்டது. விதியென்னும் சக்கரம் சுழன்று வரும் விந்தையே விந்தை. அதைக் காட்டிலும் பெரிய அதிசயம் இந்த உலகத்திலும் இல்லை; மறு உலகத்திலும் இருக்க முடியாது.

17

இரும்பு இளகிற்று

விதி என்கிற விந்தையான சக்கரத்தைக் கொஞ்சம் பின்னோக்கிச் சுழலும்படிச் செய்வோம்.

மாறனேந்தல் உலகநாதத் தேவர் ஆங்கிலேயரைப் பழிவாங்கும் பொருட்டுத் தம் உயிரைக் காப்பாற்றிக்கொள்ள எண்ணிச் சோலைமலை கோட்டைச் சின்ன அரண்மனையில் ஒளிந்து கொண்டிருந்த நாட்களுக்குச் செல்வோம்.

ஒரு மனிதன் சாதாரணமாய்த் தன் வாழ்க்கையில் பதினைந்து வருஷங்களில் அனுபவிக்கக்கூடிய ஆனந்த குதூகலத்தையெல்லாம் பதினைந்து நாட்களில் அனுபவித்த உலகநாதத்தேவரின் அரண்மனைச் சிறைவாசம் முடியும் நாள் வந்தது.

சோலைமலை மகாராஜா ஒருநாள் மாலை, தம் மகள் மாணிக்கவல்லியிடம் வந்து, "பார்த்தாயா, மாணிக்கம். கடைசியில் நான் சொன்னதே உண்மையாயிற்று. இந்த வியவஸ்தை கெட்ட இங்கிலீஷ்காரர்கள் மாறனேந்தல் ராஜ்யத்தை உலகநாதத் தேவனுக்கே கொடுக்கப் போகிறார்களாம். அந்தப்படி மேலே

கும்பெனியாரிடமிருந்து கட்டளை வந்திருக்கிறதாம். உலகநாதத் தேவனுடைய தகப்பன் கடைசிவரை போர்ப் புரிந்து உயிரை விட்டானல்லவா? தகப்பனுடைய வீரத்தை மெச்சி மகனுக்கு ராஜ்யத்தைக் கொடுக்கப்போகிறார்களாம். அப்படித் தண்டோராப் போடும்படி மேஜர் துரை உத்தரவு போட்டிருக்கிறாராம். எப்படியிருக்கிறது கதை?" என்று சொன்னார்.

இதைக் கேட்டதும் மாணிக்கவல்லியின் முகத்தில் உண்டான குதூகலக் கிளர்ச்சியையும் அவர் கவனித்தார். அதற்குப் பிறகு மாணிக்கவல்லி, தான் பேசிய மற்ற விஷயங்களில் கவனம் செலுத்தாமல் ஒரே பரபரப்புடன் இருந்ததையும் பார்த்தார். "தூக்கம் வருகிறது அப்பா" என்று மாணிக்கவல்லி சொன்னதும் "சரி, அம்மா. தூக்கம் உடம்புக்கு ரொம்ப நல்லது; தூங்கு" என்று சொல்லிவிட்டுப் போனார். ஆனால், வெகுதூரம் போய்விடவில்லை. சற்று தூரத்தில் மறைந்திருந்து பார்த்துக்கொண்டிருந்தார்.

அவர் எதிர்பார்த்தது வீண்போகவில்லை. மாணிக்கவல்லி சிறிது நேரத்துக்கெல்லாம் அரண்மனையிலிருந்து வெளியேறுவதைக் கவனித்தார். பூந்தோட்டத்தின் மத்தியிலிருந்த வஸந்த மண்டபத்தில் தம்முடைய ஜன்மத் துவேஷத்துக்குப் பாத்திரரான உலகநாதத் தேவரை மாணிக்கவல்லி சந்தித்ததைப் பார்த்தார். அந்தச் சந்திப்பில் அவர்கள் அடைந்த ஆனந்தத்தையும் பரஸ்பரம் அவர்கள் காட்டிக்கொண்ட நேசத்தையும் கவனித்தார். சற்றுமுன் தாம் மகளிடம் சொன்ன செய்தியை அவள் உலகநாதத் தேவரிடம் உற்சாகமாகத் திருப்பிக் கூறியதையும் கேட்டார்.

சோலைமலை மன்னருக்கு அடக்க முடியாத ரௌத்ராகாரமான கோபம் வந்தது. தன் மடியில் செருகியிருந்த கத்தியை எடுத்துக் கையில் வைத்துக்கொண்டார். அவர்கள் இரண்டு பேரையும் ஏககாலத்தில் கொன்றுவிட வேண்டுமென்னும் எண்ணம் முதலில் தோன்றியது. ஆனால், மகள்மேல் அவர் வைத்திருந்த அளவில்லாப் பாசம் வெற்றி கொண்டது. எனவே, மாணிக்கவல்லி திரும்பி அரண்மனைக்குப் போன பிறகு உலகநாதத் தேவரை மட்டும் கொன்றுவிடுவது என்று உறுதியுடன் பல்லைக் கடித்துக் கொண்டிருந்தார். 'இவனுக்கு ராஜ்யமாம், ராஜ்யம். இந்தச் சோலைமலைக் கோட்டைக்கு வெளியே இவன் போயல்லவா ராஜ்யம் ஆள வேண்டும்?' என்று மனத்திற்குள் கறுவிக்கொண்டார்.

அத்தகைய தீர்மானத்துடன் அவர் மறைந்து நின்ற ஒவ்வொரு நிமிஷமும் அவருக்கு ஒரு யுகமாயிருந்தது. மாணிக்கவல்லியும்

உலகநாதத் தேவரும் இலேசில் பிரிந்து போகிற வழியாகவும் இல்லை. நேரமாக ஆகச் சோலைமலை மகாராஜாவின் குரோதமும் வளர்ந்து கொழுந்துவிட்டுக் கொண்டிருந்தது.

திடீரென்று மாணிக்கவல்லி விம்மும் சத்தத்தைக் கேட்டதும் அவளுடைய தந்தையின் இருதயத்தில் வேல் பாய்வதுபோல் இருந்தது. இது என்ன? இவ்வளவு குதூகலமாகவும் ஆசையுடனும் பேசிக்கொண்டிருந்தவள் இப்போது ஏன் விம்மி அழுகிறாள்? அந்தப் பாதகன் ஏதாவது செய்துவிட்டானா, என்ன? அவருடைய கையானது கத்தியை இன்னும் இறுகப் பிடித்தது; பற்கள் 'நறநற'வென்று கடித்துக்கொண்டன; உதடுகள் துடித்தன. மூச்சுக்காற்று திடீரென்று அனலாக வந்தது.

ஆனால், அடுத்தாற்போல் உலகநாதத்தேவர் கூறிய வார்த்தைகளும் அதன்பின் தொடர்ந்த சம்பாஷணையும் அவருடைய கோபத்தைத் தணித்தன. அது மட்டுமல்ல; அவருடைய இரும்பு மனமும் இளகிவிட்டது.

"என் கண்ணே, இது என்ன? இவ்வளவு சந்தோஷமான செய்தியைச் சொல்லிவிட்டு இப்படி விம்மி அழுகிறாயே ஏன்? ஏதாவது தெரியாத்தனமாக நான் தவறான வார்த்தைகளைச் சொல்லிவிட்டேனா? அப்படியானால் என்னை மன்னித்துவிடு. பிரிந்து செல்லும்போது சந்தோஷமாகவும் முகமலர்ச்சியுடனும் விடை கொடு" என்று பரிவான குரலில் சொன்னார் மாறனேந்தல் மகாராஜா.

"ஐயா! தாங்கள் ஒன்றும் தவறாகப் பேசவில்லை. இந்தப் பேதையிடம் தாங்கள் மன்னிப்புக் கேட்க வேண்டிய அவசியமும் இல்லை. என்னுடைய தலைவிதியை நினைத்துத்தான் நான் அழுகிறேன். எதனாலோ என் மனத்தில் ஒரு பயங்கர எண்ணம் நிலைபெற்றிருக்கிறது. தங்களை நான் பார்ப்பது இதுவே கடைசித் தடவை என்றும், இனிமேல் பார்க்கப் போவதில்லை என்றும் தோன்றுகிறது. ஏதோ ஒரு பெரும் விபத்து, நான் அறியாத விபத்து எனக்கு வரப்போகிறதென்றும் தோன்றுகிறது" என்று கூறிவிட்டு மறுபடியும் இளவரசி விம்மத் தொடங்கினாள்.

இதைக்கேட்ட உலகநாதத் தேவர், உறுதியானக் குரலில், "ஒரு நாளும் இல்லை, மாணிக்கவல்லி. உன்னுடைய பயத்துக்குக் கொஞ்சங்கூட ஆதாரமே இல்லை. நீ எதனால் இப்படிப் பயப்படுகிறாய் என்று எனக்குத் தெரியும். உன் தகப்பனாரைக் குறித்துத்தானே? அவருக்கு என்மேலுள்ள துவேஷத்தினால் உன்னை

நான் பார்க்க முடியாமல் போகும் என்றுதானே எண்ணுகிறாய்?" என்றார்.

"ஆம் ஐயா, அவருடைய மனத்தை நான் மாற்றிவிடுவேன் என்று ஜம்பமாகத் தங்களிடம் கூறினேன். ஆனால், அந்தக் காரியம் என்னால் முடியவே இல்லை. என்னுடைய பிரயத்தனங்கள் எல்லாம் வீணாகவே போயின. தங்களைப் பற்றி நல்ல வார்த்தை ஏதாவது சொன்னால் அவருடைய கோபந்தான் அதிகமாகிறது. இப்போது கூடத் தங்களுக்கு ராஜ்யம் திரும்பி வரப்போவது பற்றி அவர் வெகு கோபமாகப் பேசினார். தங்களைப் பற்றி பேசுவதற்கே எனக்குத் தைரியம் வரவில்லை" என்றாள் மாணிக்கவல்லி.

"கண்ணே, இதைப்பற்றி உனக்குச் சிறிதும் கவலை வேண்டாம். உன் தந்தையிடம் நீ என்னைப்பற்றி பேசவேண்டாம். ஏனெனில், நானே பேச உத்தேசித்திருக்கிறேன். மாறனேந்தல் இராஜ்யத்தைத் திரும்ப ஒப்புக்கொண்டதும் முதல் காரியம் நான் என்ன செய்யப் போகிறேன், தெரியுமா? உன் தந்தையிடம் வந்து அவர் காலில் விழுந்து என் குற்றங்களையெல்லாம் மன்னிக்கும்படி வேண்டிக் கொள்ளப் போகிறேன். உன்னை அடையும் பாக்கியத்துக்காக ஆயிரந்தடவை அவர் காலில் விழ வேண்டுமானாலும் நான் விழுவேன். ஆனால் அதுமட்டும் அல்ல; என்னுடைய குற்றத்தையும் நான் இப்போது உணர்ந்திருக்கிறேன். அவரை நான் நிந்தனை சொன்னதெல்லாம் பெருந்தவறு என்று இப்போது எனக்குத் தெரிகிறது. உண்மையில் அவர் சொன்னதுதானே சரி என்று ஏற்பட்டிருக்கிறது? இங்கிலீஷ்காரர்களைப் பற்றி நான் என்னவெல்லாமோ நினைத்திருந்தேன். அவதூறு பேசினேன். அப்படிப்பட்டவர்கள் தோற்றுப்போன எதிரியின் வீரத்தை மெச்சி அவனுடைய மகனுக்கு இராஜ்யத்தைத் திருப்பிக் கொடுக்கச் சித்தமாயிருக்கிறார்கள். எப்படிப்பட்ட உத்தமப் புருஷர்கள். ஆகவே, உன் தந்தையிடம் நான் மன்னிப்புக் கேட்டுக்கொண்டேயாக வேண்டும். மன்னிப்புக் கேட்டுக்கொண்டு, உன்னை எனக்கு மணம் செய்து கொடுக்கும்படியும் கேட்பேன். அதற்கு அவர் சம்மதிக்கா விட்டால், அவருடைய கைக் கத்தியால் என்னைக் கொன்றுவிடும்படி சொல்வேன். இது சத்தியம். அதோ, வான வெளியில் மினுமினுக்கும் கோடானுகோடி நட்சத்திரங்கள் சாட்சியாக நான் சொல்வது சத்தியம்"

இதையெல்லாம் கேட்டதும் சோலைமலை மகாராஜாவின் கரையாத கல் மனமும் கரைந்துவிட்டது; அவருடைய இரும்பு இதயமும் உருகிவிட்டது; கண்ணிலே கண்ணீரும் துளித்துவிட்டது.

அதற்குமேல் அங்கு நிற்கக்கூடாதென்று எண்ணிச் சத்தம் செய்யாமல் அரண்மனைக்குத் திரும்பிச் சென்றார். அன்றிரவெல்லாம் அவர் கொஞ்சங்கூடத் தூங்கவே இல்லை. சோலைமலைக் கோட்டையில் இன்னும் இரண்டு ஜீவன்களும் அன்றிரவு கண் இமைக்கவில்லை.

18

உலகம் சுழன்றது!

இரண்டு தினங்களுக்குப் பிறகு மாறனேந்தல் உலகநாதத்தேவரைச் சோலைமலை மகாராஜா சந்தித்தபோது, அவர் முற்றும் புது மனிதராயிருந்தார். அவர்களுடைய சந்திப்பு பிரிட்டிஷ் படையின் மேஜர் துரையின் முன்னிலையில், துரையின் கூடாரத்தில் நடைபெற்றது. உலகநாதத் தேவரின் கைகள் மணிக்கயிற்றினால் கட்டப்பட்டிருந்தன. அவரையும் இன்னும் சில இராஜாங்கத் துரோகிகளையும் என்ன செய்வது என்பது பற்றி மேலாவிலிருந்து வரவேண்டிய உத்தரவை மேற்படி மேஜர் துரை எதிர்பார்த்துக் கொண்டிருந்தார்.

சோலைமலை மகாராஜா மேற்படி மேஜரால் தாம் ஏமாற்றப் பட்டதையும், உலகநாதத் தேவர் பிடிபட்டதற்குத் தாமே காரணம் என்பதையும் எண்ணி எண்ணி மனம் புண்ணாகியிருந்தார். எனவே, உலகநாதத் தேவரைக் கண்டதும் அவருக்கு விம்மலும் கண்ணீரும் பொங்கிக்கொண்டு வந்தன. அந்த வெள்ளைக்காரன் முன்னிலையில் தம்முடைய மனத்தளர்ச்சியைக் காட்டக்கூடாதென்று தீர்மானித்துப் பல்லைக் கடித்து அடக்கிக்கொண்டார். பேச நா எழாமல் மகாராஜா தவிப்பதைப் பார்த்த உலகநாதத்தேவர், "மாமா, தாங்களே இப்படி மனம் தளர்ந்தால் இளவரசிக்கு யார் ஆறுதல் சொல்வார்கள்?" என்றார்.

தேவரின் வார்த்தைகள் சோலைமலை அரசரின் மௌனத்தைக் கலைத்தன.

"ஆறுதல் சொல்வதா? மாணிக்கவல்லிக்கு நான் என்ன ஆறுதல் சொல்லுவேன்? அவள் முகத்தைப் பார்க்கவே எனக்குத் தைரியம் இல்லையே? தம்பி, ஆயிரம் வருஷம் தவம் கிடந்தாலும் உன்னைப் போன்ற ஒரு வீரன் கிடைக்க மாட்டானே? மாறனேந்தல், சோலை

மலை வம்சங்கள் இரண்டையும் நீ விளங்க வைத்திருப்பாயே! அப்படிப்பட்டவனை மூடத்தனத்தினால் இந்தப் பாவி காட்டிக் கொடுத்துவிட்டேனே! அந்த வெள்ளைக்காரப் பாதகன் என்னை ஏமாற்றிவிட்டானே? அப்பனே, வெள்ளைக்காரச் சாதியைப் பற்றி நான் எண்ணியதெல்லாம் பொய்யாய்ப் போயிற்றே! நீ சொன்னது அவ்வளவும் மெய்யாயிற்றே! எந்த வேளையில் இந்தப் படுபாவி என் கோட்டை வாசலைத் தாண்டி உள்ளே வந்தானோ, அன்றைக்கே உன்னுடைய குலத்துக்கும் என்னுடைய குலத்துக்கும் சனியன் பிடித்துவிட்டது...”

மேஜர் துரை அந்தப் பக்கங்களில் பழகிப்பழகிக் கொஞ்சம் தமிழ் தெரிந்துகொண்டிருந்தான். எனவே, சோலைமலை ராஜாவின் ஆத்திரமானப் பேச்சைக்கேட்டுச் சிரித்தான். அவனுடைய சிரிப்பு சோலைமலை மகாராஜாவுக்கு நெருப்பாயிருந்தது.

“பாவி, என் அரண்மனைச் சோற்றைத் தின்றுவிட்டு எனக்கே துரோகம் செய்தாயே! செய்வதையும் செய்துவிட்டு இப்போது ‘ஹீ ஹீ’ என்று சிரிக்கிறாயே?” என்றார் சோலைமலை மன்னர்.

“துர்ரோகமா? என்னத் துர்ரோகம்? யாருக்கு துர்ரோகம்? நீர்தானே இந்த டிரெய்டரை எப்படியாவது காப்சர் செய்து ஹாங்க் பண்ணியே ஆகவேணும் என்று பிடிவாதம் செய்தீர்?” என்றான் மேஜர் துரை.

இதைக் கேட்டதும் சோலைமலை அரசரின் முகம் வெட்கத்தால் சிறுத்துக் கோபத்தால் கறுத்தது. அதைக் கவனித்த மாறனேந்தல் அரசர் அங்கேயே ஏதாவது விபரீதம் நடந்துவிடாமல் தடுக்க எண்ணி, “மாமா, நடந்தது நடந்துவிட்டது. இனிமேல் அதைப்பற்றி பேசி என்ன பயன்? இந்த வெள்ளைக்காரன் என்னை விடப் போவதில்லை, கட்டாயம் தூக்குப்போட்டுக் கொன்றுவிடுவான். அதைப்பற்றி எனக்குக் கொஞ்சமும் கவலையில்லை. தங்களுடைய நல்ல அபிப்பிராயத்தைப் பெற்றேனே, அதுவே எனக்குப் போதும், மனத்திருப்தியுடன் சாவேன். தாங்கள் குமாரியிடம் நான் சொன்னதாகச் சொல்லுங்கள்; விதியை மாற்ற யாராலும் முடியாது. இளவரசி என்னை மறந்துவிட்டு வேறு நல்ல குலத்தை சேர்ந்த ராஜகுமாரனை மணந்துகொள்ளட்டும்; இது என்னுடைய விருப்பம், வேண்டுகோள் என்று சொல்லுங்கள்...” என்றார்.

அப்போது சோலைமலை மன்னர் நடுவில் குறுக்கிட்டு, “தம்பி, என்ன வார்த்தைச் சொல்லுகிறாய்? என் குமாரியை யாரென்று நினைத்தாய்? உன்னை எண்ணிய மனத்தினால் இன்னொருவனை

எண்ணுவாளா? ஒருநாளும் மாட்டாள். இந்தப் படுபாவி உன்னை விடாமற்போனால், என் மகளும் பிழைத்திருக்க மாட்டாள். உங்கள் இருவரையும் பறிகொடுத்துவிட்டு நான் ஒருவன் மட்டும் சோலைமலைக் கோட்டையில் பேய் பிசாசைப் போல் அலைந்து திரிந்துகொண்டிருக்க நேரிடும். ஆனால், ஒன்று சொல்லுகிறேன் கேள்; சோலைமலை முருகன் அருளால் அப்படியொன்றும் நேராது. நீ தைரியமாயிரு" என்றார்.

"ஆகட்டும், மாமா! நான் தைரியமாகவே இருக்கிறேன். தாங்களும் மனத்தைத் தளரவிடாமல் இருங்கள். இளவரசிக்கும் தைரியம் சொல்லுங்கள்" என்றார் மாறனேந்தல் அரசராகிய உலகநாதத் தேவர்.

மறுநாள் உலகநாதத் தேவருக்குச் சாப்பாடு கொண்டுவந்த ஆள், துரை கவனியாத சமயம் பார்த்து ஓர் இரகசியச் செய்தி கூறினான்.

சோலைமலை மகாராஜா மேஜர் துரையிடம் கூடிய வரையில் மன்றாடிப் பார்க்கப் போவதாகவும் அப்படியும் துரை மனம் மாறாவிட்டால், தூக்குப்போடும் சமயத்தில் உலகநாதத் தேவரை விடுவிக்க வேண்டிய வீரர்களைத் தயார்படுத்தி வைத்திருப்பதகாவும், அந்தச் சந்தர்ப்பத்தைப் பயன்படுத்திக்கொள்ளத் தேவரும் தயராக இருக்கவேண்டும் என்றும் தெரிவித்தான்.

துரையிடம் மன்றாடுவது என்பது மாறனேந்தலுக்குப் பிடிக்கவில்லை. ஆனால், இரண்டாவது சொன்ன விஷயம் ரொம்பப் பிடித்திருந்தது. எனவே, அது முதல் அவர் மிக்க உற்சாகமாகவே இருந்தார்.

சுருக்குக் கயிறுகள் வரிசையாக தொங்கிய இலுப்ப மரத்தின் கிளைக்கு அடியில் நின்றபோதுகூட உலகநாதத்தேவரின் உற்சாகம் குன்றவில்லை. சோலைமலை அரசர் மேஜர் துரையிடம் மன்றாடிக் கொண்டிருந்தது மட்டும் அவருக்கு எரிச்சலை அளித்தது. எப்போது அவர்களுடைய பேச்சு முடியும், எப்போது துரை தூக்குப்போட உத்தரவு கொடுப்பான். எப்போது சோலைமலை மகாராஜா மறைவான இடத்தில் தயாராக வைத்திருந்த வீரர்கள் 'தட தட'வென்று ஓடிவருவார்கள் என்று அவர் பரபரப்புடன் எதிர்பார்த்துக் கொண்டிருந்தார்.

ஆனால், அவருடைய எண்ணமும், சோலைமலை மகாராஜாவின் முன்னேற்பாடும், ஒன்றும் நிறைவேறாத வண்ணம் விதி குறுக்கிட்டது.

உலகநாதத் தேவர் சிறைப்பட்ட செய்தியைக் கேட்டதிலிருந்து சோகத்தில் ஆழ்ந்து படுத்த படுக்கையிலிருந்து எழுந்திராமலிருந்த மாணிக்கவல்லி, சரியாக அந்தச் சமயம் பார்த்து அரண்மனை மேல்மச்சில் ஏறி உப்பரிகையின் முகப்புக்கு வந்தாள்.

கோட்டை வாசலுக்கு சமீபத்தில் இலுப்ப மரத்தின் அடியில் தொங்கிய சுருக்குக் கயிற்றின் கீழே தன் காதலர் நிற்பதைப் பார்த்தாள். அவ்வளவுதான். 'ஓ' என்று அலறிக்கொண்டு கீழே விழுந்தாள்.

உலகம் சுழன்றது. தினம் ஒரு தடவை சுழன்று, வருஷத்தில் 365 தடவை சுழன்று இந்த மாதிரி நூறு வருஷகாலம் தன்னைத்தானே சுழன்று தீர்த்தது.

༄༅

நூறு வருஷத்துக்குப் பிறகு, பிரிட்டிஷ் ஆட்சி நிலைபெற்றிருந்த இந்தியாவில், இருளடைந்த ஒரு ஜில்லாச் சிறைச்சாலியின் அறையில் குமாரலிங்கம் தனியாக அடைக்கப்பட்டிருந்தபோது மேற்கூறிய சம்பவங்கள் எல்லாம் அடிக்கடி அவன் நினைவுக்கு வந்தன. நினைவுக்கு வந்ததோடு இல்லை; அந்த அனுபவங்களை எல்லாம் அவன் திரும்பத்திரும்ப அனுபவித்துக் கொண்டிருந்தான்.

இருபதாம் நூற்றாண்டில் கலாசாலையில் ஆங்கிலக் கல்வியும் விஞ்ஞான சாஸ்திரமும் கற்றுத்தேர்ந்த அறிவாளியான அவன் பலமுறையும், 'இதெல்லாம் வீண் பிரமை; ஆதாரமற்ற மனப்பிராந்தி' என்று தனக்குத்தானே அறிவுறுத்திக்கொண்டு பார்த்தான். ஆயினும் அந்தப் பிரமை நீங்குவதாக இல்லை.

குமாரலிங்கம் சிறைப்பட்டுக் கீழ்க் கோர்ட்டில் விசாரணை நடந்துகொண்டிருந்த போது வழக்கு நடத்தும் விஷயத்தில் சிறிதும் சிரத்தை இல்லாமல் இருந்தான். அவனுக்காக இலவசமாக வந்து வழக்காடிய வக்கீல் அவனுடைய அசிரத்தையைப் பற்றி அடிக்கடி கடிந்துகொண்டார்.

"வழக்கில் நான் ஜயிப்பதற்கு வேண்டிய ஆதாரங்கள் நிறைய இருக்கின்றன. ஆனால், நீ இப்படி ஏனோ தானோ என்று இருந்தால் கேஸ் உருப்படாது. தூக்குமரத்தில் நீ தொங்கியே தீரவேண்டும்" என்று சொல்லிக் கண்டிப்பார்.

"உன் விஷயத்தில் சிரத்தை எடுத்துக் கொள்ளக்கூடிய உற்றார் உறவினர் யாரும் இல்லையா?" என்று கேட்பார்.

அவர்களைக்கொண்டு குமாரலிங்கத்துக்கு ஊக்கமளித்து உற்சாகப்படுத்தலாம் என்றுதான். ஆனால், குமாரலிங்கமோ தனக்கு உற்றார் உறவினர் யாருமே இல்லையென்றும், தன் விஷயத்தில் சிரத்தையுள்ளவர்களே இல்லையென்றும் சாதித்து வந்தான்.

ஒருநாள் வக்கீல் வந்து, "என்னடா, அப்பா... உனக்கு ஒருவருமே உறவில்லை என்று சாதித்துவிட்டாயே! சோலைமலை மணியக்காரர் உனக்கு மாமாவாமே" என்றார்.

"இந்தப் பொய்யை உங்களுக்கு யார் சொன்னது?" என்று குமாரலிங்கம் ஆத்திரத்துடன் கேட்டான்.

"சாக்ஷாத் சோலைமலை மணியக்காரரேதான் சொன்னார். அதோடு இல்லை, உன்னுடைய கேஸை நடத்துவதற்காக எவ்வளவு பணம் வேண்டுமானாலும் செலவழிக்கத் தயார் என்றும் சொன்னார்."

இதைக் கேட்டதும் குமாரலிங்கத்தின் மனோநிலைமையில் பெரும் மாறுதல் ஏற்பட்டது. அப்போதைக்கு உயிரில் ஆசையும், வாழ்க்கையில் உற்சாகமுமே ஏற்பட்டுவிட்டன. பொன்னம்மாளின் நிலைமையைப் பற்றி மணியக்காரரிடம் விசாரித்துத் தெரிந்துகொள்ள வேண்டுமென்ற ஆசை அளவில்லாமல் உண்டாயிற்று.

எனவே வக்கீலிடம், "நான் சொன்னது தவறுதான் ஐயா. ஆனால், சோலைமலை மணியக்காரர் என் விஷயத்தில் இவ்வளவு சிரத்தைக் கொள்வார் என்று நான் எதிர்பார்க்கவில்லை. தயவு செய்து அடுத்த தடவை தாங்கள் வரும்போது மணியக்காரரையும் அழைத்து வாருங்கள். அவருக்கு நான் நன்றி செலுத்தவேண்டும்" என்றான் குமாரலிங்கம்.

வக்கீலும் அதையேதான் அவனிடமிருந்து விரும்பினார். ஆதலால் உடனே, "சரி" என்று சொல்லிவிட்டுப் போனார்.

ஒருநாள் வக்கீல் தன்னுடைய வாக்கை நிறைவேற்றினார். சோலைமலை மணியக்காரரை அழைத்துக்கொண்டு வந்தார். முன்னே பாழடைந்த கோட்டையில் வேட்டை நாய் பின்தொடரச் சென்ற மணியக்காரருக்கும் இப்போது குமாரலிங்கத்தைப் பார்க்க வந்தவருக்கும் வேற்றுமை நிரம்ப இருந்தது. கொலை குற்றவாளிகளுக்கென்று ஏற்பட்ட கடுஞ்சிறையின் இரும்புக் கம்பிகளுக்குப் பின்னால் குமாரலிங்கத்தைக் கண்டதும் மணியக்காரரின் கண்களில் கண்ணீர்த் ததும்பியது. பேசமுடியாமல் தொண்டையை அடைத்துக்கொண்டது; அவருடைய நிலையைப் பார்த்த குமாரலிங்கம் தானே பேச்சைத் தொடங்கினான்.

"ஐயா, என்னுடைய வழக்கு விஷயத்தில் தாங்கள் ரொம்பவும் சிரத்தை எடுத்துக்கொண்டிருப்பதாக வக்கீல் ஸார் சொன்னார். அதற்காக மிக்க வந்தனம்" என்றான்.

"ஆமாம், தம்பி. என் வீட்டுத் திண்ணையிலே அல்லவா உன்னைக் கைது செய்துவிட்டார்கள். அதனால் எனக்கு ஏற்பட்ட வருத்தத்தையும் அவமானத்தையும் சொல்லி முடியாது" என்றார் மணியக்காரர்.

"அச்சமயம் அங்கே தாங்கள் இருந்தீர்களா? தங்களை நான் பார்க்கவில்லையே?" என்றான் குமாரலிங்கம்.

"எப்படிப் பார்த்திருக்க முடியும்? உன்னை நான் தேடிக்கொண்டு அந்தப் பாழாய்ப்போன கோட்டைக்குப் போனேன். அதற்குள் நீ அவசரப்பட்டுக் கொண்டு வேறு வழியாக ஊருக்குள் வந்துவிட்டாய். எல்லாம் விதியின் கொடுமைதான்" என்றார் மணியக்காரர்.

"என்னைத் தேடிக்கொண்டு போனீர்களா? எதற்காக?" என்று அடங்காத அதிசயத்தோடும் ஆவலோடும் குமாரலிங்கம் கேட்டான்.

பிறகு மணியக்காரர் எல்லாம் விவரமாகச் சொன்னார். தளவாய்ப் பட்டணத்தில் குமாரலிங்கம் பிரசங்கம் செய்தபோது மணியக்காரர் தம்முடைய முரட்டுச் சுபாவங்காரணமாக இரைச்சல் போட்டுப் பேசிக் கலகம் உண்டாக்கினாரென்றாலும், உண்மையில் அவன்மேல் அப்போதே அவருக்கு மரியாதையும் அபிமானமும் உண்டாகிவிட்டன.

சோலைமலைக்கு அவர் வந்த பிறகு தம் மகள் அவனுக்குச் சாப்பாடு கொண்டுபோய்க் கொடுத்துவிட்டு வருவது பற்றிச் சீக்கிரத்திலேயே தெரிந்துகொண்டார். தெரிந்தும் தெரியாதது போல் இருந்தார். போலீஸார் காந்திக் குல்லா வேஷம் தரித்து அவனைப் பிடிக்க வந்தபோது, அவர் ஏமாந்துவிடவில்லை. சோலைமலை மகாராஜா மேஜர் துரையின் பேச்சைக்கேட்டு ஏமாந்த பிறகு நூறு வருஷம் இந்தியாவிலே பிரிட்டிஷ் ஆட்சி நடந்திருக்கிறதல்லவா? பிரிட்டிஷாரின் தந்திர மந்திரங்களையும் சூழ்ச்சித் திறன்களையும் இந்திய மக்கள் எல்லாருமே தெரிந்துகொண்டிருந்தார்கள் அல்லவா? அவ்விதமே மணியக்காரரும் தெரிந்துகொண்டிருந்தார்.

எனவே, அந்த வேஷக்காரர்களின் பேச்சை அவர் நம்புவது போல் பாசாங்கு செய்தாரே தவிர, உண்மையில் அவர்களை நம்பவில்லை. அந்த வேஷம் தரித்த போலீஸ்காரர்கள் குமாரலிங்கத்தைப் பிடிப்பதற்கு வந்திருக்கிறார்கள் என்பதையும்

ஊகித்துத் தெரிந்துகொண்டார். எனவே, அவர்களுக்கு வெகு தடபுடலாக விருந்து கொடுப்பதற்கு வீட்டுக்குள் சத்தம் போட்டுப் பேசி ஏற்பாடு செய்தார். அவ்விதம் பேசி அவர்களை ஏமாற்றிவிட்டுப் பாழடைந்த கோட்டைக்குப் போய்க் குமாரலிங்கத்தைத் தேடிப்பிடித்து அவனுக்கு எச்சரிக்கை செய்யப் புறப்பட்டார். துரதிர்ஷ்டவசமாக, அவர் போய்ச் சேருவதற்கு முன்னாலேயே பொன்னம்மாள் போய்விட்டாள். குமாரலிங்கம் தானாகவே வந்து அகப்பட்டுக் கொண்டான்.

இதையெல்லாம் கேட்டபோது குமாரலிங்கத்துக்கு வருத்தத்தோடு கூட உற்சாகமும் கலந்து ஏற்பட்டது. பொன்னம்மாளின் தந்தை என் விஷயத்தில் இப்படிப்பட்ட மன மாறுதல் அடைந்ததை நினைத்து அவன் உற்சாகம் அடைந்தான். பொன்னம்மாள் அவ்வளவு அவசரப்படாதிருந்தால் எவ்வளவு நன்றாயிருந்திருக்கும் என்று வருந்தினான். 'பொன்னம்மாள் பேரில் என்ன பிசகு? அவள் சொன்னதை உடனே நம்பி அவசரப்பட்டு ஓடிய என்பேரில் அல்லவா பிசகு? ஒரு கிராம மணியக்காரருக்கு உள்ள புத்திக்கூர்மை காலேஜுப் படிப்புப் படித்த எனக்கு இல்லையே?' என்று எண்ணித் தன்னைத்தானே நொந்துகொண்டான்.

மணியக்காரர் சொன்னதையெல்லாம் மௌனமாய்க் கேட்டுக்கொண்டிருந்த பிறகு, தான் ஆரம்பத்திலிருந்தே கேட்பதற்கு விரும்பித் துடிதுடித்துக் கொண்டிருந்த கேள்வியை அவன் கேட்டான்.

"ஐயா பொன்னம்மாள் எப்படி இருக்கிறாள்? சௌக்கியமாய் இருக்கிறாளா?" என்றான்.

"இது என்ன கேள்வி? என்னமாக சௌக்கியமாயிருப்பாள்? உன்னைப் போலீஸார் கைது செய்துகொண்டு வந்ததிலிருந்து அவளுக்கு அசௌக்கியந்தான்" என்றார் மணியக்காரர்.

"அசௌக்கியம் என்றால் உடம்புக்கு என்ன செய்கிறது? வைத்தியம் ஏதாவது பார்த்தீர்களா?" என்று குமாரலிங்கம் கவலையோடு கேட்டான்.

"என்ன வைத்தியம் பார்த்து என்ன பிரயோஜனம்? வைத்தியத்தினாலும் மருந்தினாலும் தீருகிற வியாதி இல்லை. மனக்கவலைக்கு மருந்து ஏது? அவளாலே தான் நீ போலீஸாரிடம் அகப்பட்டுக் கொண்டாய் என்ற எண்ணம், பொன்னம்மாள் மனத்தில் ஏற்பட்ட கவலை உடம்பையும் படுத்துகிறது."

இதைக்கேட்ட குமாரலிங்கத்தின் நெஞ்சு பிளந்துவிடும் போலிருந்தது. "ஐயா, தாங்கள் பொன்னம்மாளுக்கு ஆறுதல் சொல்லக்கூடாதா?" என்று குமாரலிங்கம் கூறிய வார்த்தைகளில் அளவுகடந்த துயரம் ததும்பியிருந்தது.

"நான் என்ன ஆறுதல் சொல்ல முடியும்? சொன்னால்தான் என்ன உபயோகம்? நீ வந்து ஆறுதல் சொன்னால்தான் உண்டு. ஆனால், நீ ரொம்ப அசிரத்தையாயிருக்கிறாய் என்று வக்கீல் ஐயா சொல்கிறார். அசிரத்தைக் கூடவே கூடாது. அப்பனே, உனக்காக இல்லாவிட்டாலும், பொன்னம்மாளுக்காகச் சிரத்தை எடுத்து கேஸை நடத்த வேண்டும். வக்கீல் ஐயா சொல்கிறபடி செய்து எப்படியாவது விடுதலை அடைய வழியைப் பார்க்க வேண்டும்" என்றார் மணியக்காரர்.

கதைகளிலே சொல்வதுபோல், அப்போது குமாரலிங்கத்தின் முகத்தில் ஒரு சோகப் புன்னகை தவழ்ந்தது. மனத்திற்குள்ளே அவன், 'விடுதலை அடைவதா? இந்த உடம்பிலிருந்து உயிர்போகும் போதுதான் எனக்கு விடுதலை. ஆனால் இதை இவர்களிடம் சொல்லி என்ன பயன்? வீணாக வருத்தப்படுவார்கள்' என்று எண்ணிக்கொண்டான்.

"ஆகட்டும், ஐயா. என்னால் முடிந்தவரையில் சிரத்தை எடுத்துக் கொள்கிறேன். ஆனால், பொன்னம்மாளுக்குத் தாங்கள் தைரியம் சொல்லுங்கள். என்னை அடியோடு மறந்துவிடச் சொல்லுங்கள். நல்ல அந்தஸ்திலுள்ள வாலிபன் யாருக்காவது அவளைச் சீக்கிரம் கலியாணம் செய்து கொடுங்கள்" என்று பரிவோடு குமாரலிங்கம் சொன்னான்.

இப்படிச் சொல்லி முடித்ததும், மாறனேந்தல் உலகநாதத் தேவர் சோலைமலை அரசருக்குச் சொன்ன வார்த்தைகளையே தானும் ஏறக்குறைய இப்போது சொன்னதை எண்ணித் திடுக்கிட்டான்.

அதற்கு மணியக்காரர் கூறிய பதில் மேலும் அவனைத் திடுக்கிடச் செய்தது. சோகமும் பரிகாசமும் கலந்த தொனியில் மணியக்காரர் சிரித்துவிட்டு, "குமாரலிங்கம், பொன்னம்மாளை யார் என்று நினைத்தாய்? உன்னை எண்ணிய மனத்தினால் அவள் இன்னொருவனை எண்ணுவாளா?" என்றார்.

19

விடுதலை வந்தது!

சென்ற அத்தியாயத்தில் கூறியபடி சோலைமலை மணியக்காரர் சிறைச்சாலைக்கு வந்து குமாரலிங்கத்தைப் பார்த்து ஏறக்குறைய ஒரு வருஷத்துக்கு மேலாகிவிட்டது.

இதற்கிடையில் கீழேயுள்ள மாஜிஸ்ட்ரேட் கோர்ட்டு, அதற்குமேல் ஸெஷன்ஸ் கோர்ட்டு, அதற்கு மேலே ஹைக்கோர்ட்டு வரையில் வழக்கு நடந்து முடிந்தது.

கடைசியாக, தளவாய்ப்பட்டணம் கலக வழக்கில் சம்பந்தப்பட்டவர்களில் நாலுபேருக்குத் தூக்குத் தண்டனை என்றும், பதினாறு பேருக்கு ஆயுள் தண்டனை என்றும் தீர்ப்பாயிற்று.

தூக்குத் தண்டனை அடைந்தவர்களில் குமாரலிங்கமும் ஒருவன் என்று சொல்ல வேண்டியதில்லையல்லவா? அதைப்பற்றி அவன் வியப்படையவும் இல்லை; வருத்தப்படவும் இல்லை. மரண தண்டனை அவன் எதிர்பார்த்த காரியந்தான். மேலும், ஆயுள் முழுவதும் சிறையில் இருப்பது என்பதை நினைத்தபோது அதைவிடத் தூக்குத்தண்டனை எவ்வளவோ மேல் என்று அவனுக்குத் தோன்றியது.

ஆனால் தூக்குத் தண்டனை அடைந்த மற்றவர்கள் யாரும் அவ்விதம் அபிப்பிராயப்படவில்லை. அவர்களுடைய உற்றார் உறவினரும் சிநேகிதர்களும் பொதுமக்களுங்கூட அவ்வாறு கருதவில்லை. உயிர் இருந்தால் எப்படியும் ஒருநாள் விடுதலை பெறலாம். ஆயுள் முழுவதும் சிறையில் இருக்க வேண்டிவரும் என்பதுதான் என்ன நிச்சயம்? இந்தியா அத்தனை காலமும் விடுதலைப் பெறாமலா இருக்கும்? இரண்டு மூன்று வருஷத்துக்கு உள்ளேயே ஏதாவது ஒரு சமரசம் ஏற்படலாமல்லவா, இந்தியா சுயராஜ்யம் அடையலாமல்லவா?

எனவே, தூக்குத் தண்டனை அடைந்தவர்களின் சார்பாகப் பிரீவ்யூ கவுன்ஸிலுக்கு அப்பீல் செய்யப்பட்டது. குமாரலிங்கத்துக்கு இது கட்டோடு பிடிக்கவில்லை. அதனால் ஒரு பயனும் விளையப் போவதில்லை என்று அவன் நம்பினான். மற்றவர்களுடைய கதி எப்படியானாலும் தன்னுடைய தூக்குத் தண்டனை உறுதியாகத்தான்

போகிறது என்று அவன் நிச்சயம் கொண்டிருந்தான். ஆயினும் மற்றவர்களின் வற்புறுத்தலுக்காகப் பிரிவு கவுன்ஸில் அப்பீலுக்கு அவன் சம்மதம் கொடுத்தான்.

சம்மதம் கொடுத்துவிட்டு, சிறையிலிருந்து தப்பி ஓடுவதற்கு என்ன வழி என்பதைப் பற்றிச் சிந்திக்கலானான். அதுவும், உண்மையில் உயிர்த் தப்பிப் பிழைப்பதற்காக அல்ல; தூக்குத் தண்டனையிலிருந்து தப்பித் துப்பாக்கிக் குண்டினால் மரணமடையும் உத்தேசத்துடனே தான். அதுவே, தன்னுடைய தலைவிதி என்றும், அந்த விதியை மாற்ற ஒருநாளும் ஒருவராலும் முடியாது என்றும் அவன் நம்பினான். எனவே, தப்பி ஓடும் முயற்சிக்குத் தக்க சந்தர்ப்பத்தை எதிர்பார்த்துக் கொண்டிருந்தான். பகலிலும் இரவிலும் கனவிலும் நனவிலும் அந்த எண்ணமே அவனை முழுக்கமுழுக்க ஆட்கொண்டிருந்தது. சிறையிலிருந்து தான் தப்பி ஓடுவது போலும் தன் முதுகில் குண்டு பாய்ந்து மார்பின் வழியாக இரத்தம் 'குபுகுபு'வென்று பாய்வது போலும் பலதடவை அவன் கனவு கண்டு வீறிட்டுக்கொண்டு எழுந்து உட்கார்ந்தான்.

ஆனபோதிலும் சிறையிலிருந்து தப்பிச்செல்வது என்பது அவ்வளவு சுலபமானக் காரியமாயில்லை. எத்தனையோ நாவல்களில் கதாநாயகர்கள் சிறையிலிருந்து தப்பி ஓடியதாகத்தான் படித்திருந்த சம்பவங்களையெல்லாம் அவன் ஒவ்வொன்றாக எண்ணி எண்ணிப் பார்த்தான். ஆனால், அவை ஒன்றும் அவன் இருந்த நிலைமைக்குப் பொருத்தமாயில்லை.

நாளாக ஆக, விடுதலை வெறி அவனுக்கு அதிகமாகிக் கொண்டிருந்தது. என்னவெல்லாமோ சாத்தியமில்லாத யோசனைகளும் யுக்திகளும் மனத்தில் தோன்ற ஆரம்பித்தன.

இதற்கிடையில், சிறைச்சாலையின் பெரிய வெளிச்சுவர்களைத் தாண்டிக்கொண்டு இடைஇடையேயுள்ள சின்னச் சுவர்களைத் தாண்டிக்கொண்டு மரண தண்டனை அடைந்த கைதிகளின் தனிக் காம்பவுண்டு சுவரையும் தாண்டிக்கொண்டு சில செய்திகள் வர ஆரம்பித்தன.

காங்கிரஸ் மாபெருந் தலைவர்களுக்கும் பிரிட்டிஷ் சர்க்காருக்கும் சமரசப் பேச்சு நடந்து வருவது பற்றிய செய்திகள்தான். கூடிய சீக்கிரத்தில் அரசியல் கைதிகள் எல்லாரும் விடுதலை அடையக்கூடும் என்ற வதந்திகளும் வந்தன.

இவற்றையெல்லாம் மற்ற அரசியல் கைதிகள் நம்பினார்கள். நம்பியதோடுகூடச் சிறையிலிருந்து வெளியேறியதும் எந்தத்

தொகுதிக்குத் தேர்தலுக்கு நிற்கலாம் என்பது போன்ற யோசனைகளிலும் பலர் ஈடுபட ஆரம்பித்தார்கள்.

ஆனால் குமாரலிங்கத்துக்கோ விடுதலைப் பேச்சுக்களில் எல்லாம் அணுவளவும் நம்பிக்கை ஏற்படவில்லை. சிறையிலிருந்து எப்படித் தப்பிச்செல்வது என்னும் ஓர் எண்ணத்தைத் தவிர வேறு எந்தவிதமான எண்ணத்துக்கும் அவன் மனத்தில் இடம் கிடைக்கவில்லை.

கடைசியாக, அவன் அடங்கா ஆவலுடன் எதிர்பார்த்த சந்தர்ப்பம் கிட்டியது. தானே அவனைத் தேடி வந்தது என்று சொல்லவேண்டும்.

ஹைகோர்ட்டில் கேஸ் முடியும் வரையில் அவனையும் அவனுடைய சகாக்களையும் வைத்திருந்த சிறையிலிருந்து அவர்களை வேறு சிறைக்கு மாற்றிக்கொண்டு போனார்கள். பலமான பந்தோபஸ்துடனே பிரயாணம் ஆரம்பமாயிற்று. எந்த ஊர்ச் சிறைக்குக் கொண்டு போகிறார்கள் என்பது அவர்களுக்கு அறிவிக்கப்படவில்லை. ஆயினும் ரயிலில் போகும்போது தனக்கு ஏதேனும் ஒரு சந்தர்ப்பம் கிடைக்காமலா போகும் என்று குமாரலிங்கம் எண்ணினான். கட்டாயம் கிடைத்தே தீரும் என்று நம்பினான். இத்தனை காலமும் மாறனேந்தல் உலகநாதத் தேவருக்கு நேர்ந்தது போலவே எல்லாச் சம்பவங்களும் தன் விஷயத்திலும் நேர்ந்திருக்கின்றன அல்லவா? எனவே, இறுதிச் சம்பவமும் அவ்விதம் நேர்ந்தேயாக வேண்டுமல்லவா?

அவன் எண்ணியதற்குத் தகுந்தாற்போல் வழியில், ரயில் பிரயாணத்தின் போது சிற்சில சம்பவங்கள் ஏற்பட்டு வந்தன. அவனுடன் சேர்த்துக்கொண்டு வரப்பட்ட மற்றக் கைதிகளை அங்கங்கே இருந்த ஜங்ஷன்களில் பிரிந்து வேறு வண்டிகளுக்குக் கொண்டுபோனார்கள்.

கடைசியாகக் குமாரலிங்கமும் அவனுக்குக் காவலாக இரண்டே இரண்டு போலீஸ் சேவகர்களுந்தான் அந்த வண்டியில் மிஞ்சினார்கள். இரவு பத்து மணிக்குக் குமாரலிங்கம் சாப்பிடுவதற்காக அவனுடைய கை விலங்கைப் போலீஸார் எடுத்துவிட்டார்கள். சாப்பிட்ட பிறகு விலங்கை மறுபடியும் பூட்டவில்லை.

ஏதேதோ கதை பேசிக்கொண்டு வந்த போலீஸ்காரர்கள் சிறிது நேரத்துக்கெல்லாம் கண் அசந்தார்கள். உட்கார்ந்தபடியே தூங்கத் தொடங்கினார்கள். ஒருவன் நன்றாய்க் குறட்டைவிட்டுத் தூங்கினான்.

குமாரலிங்கம் தன்னுடைய விதியின் விசித்திர கதிதான் இது என்பதை உணர்ந்தான். விதி அத்துடன் நிற்கவில்லை; அடுத்து வந்த ரயில்வே ஸ்டேஷனுக்குச் சற்றுத் தூரத்தில் கைக்காட்டிக்குப் பக்கத்தில் ரயில் நிற்கும்படி செய்தது. குமாரலிங்கம் வண்டியின் கதவைத் தொட்டான். தொட்டவுடனே அக்கதவு திறந்து கொள்ளும் என்ற நிச்சயம் அவனுக்கு இருந்தது. அது திறந்தபோது ஆச்சரியமாய்த்தானிருந்தது. போலீஸார் இருவரையும் மறுபடி ஒருதடவை கவனமாகப் பார்த்தான். அவர்கள் தூங்கிக் கொண்டுதானிருந்தார்கள். ஒருவன் அரைக் கண்ணைத் திறந்து, “இது என்ன டேஷன், அண்ணே?” என்று கேட்டுவிட்டு மறுபடியும் கண்ணை மூடிக்கொண்டான்.

அவ்வளவுதான்; திறந்த ரயில் கதவு வழியாகக் குமாரலிங்கம் வெளியில் இறங்கினான். ரயில் பாதையின் கிராதியைத் தாண்டிக் குதித்தான். இதெல்லாம் இவ்வளவு சுலபமாக நடந்துவிட்டது என்பதை நம்ப முடியாமல் சிறிது நேரம் திகைத்துப்போய் நின்றான்.

ரயில் என்ஜின் ‘வீல்’ என்று கத்திற்று. உடனே ரயில் நகர்ந்தது. நகர்ந்தபோது, சற்று முன்னால் திறந்த வண்டிக் கதவு மறுபடியும் தானே சாத்திக்கொண்டது.

அடுத்த கணத்தில் ஒரு பெரிய தடபுடலைக் குமாரலிங்கம் எதிர்பார்த்தான். போலீஸ் சேவகர் இருவரும் விழித்தெழுந்து கூச்சல் போடுவார்கள் என்றும், பளிச்சென்று அடித்த நிலா வெளிச்சத்தில் தன்னைப் பார்ப்பார்கள் என்றும், உடனே அவர்களும் ரயிலிலிருந்து கீழே குதிப்பார்கள் என்றும் எதிர்பார்த்தான். தான் ஓரே ஓட்டமாய் ஓட, அவர்கள் தம் முதுகை நோக்கிச் சுடுவார்கள் என்றும் நினைத்தான். துப்பாக்கிக் குண்டு பாய்ந்த உடனே கொஞ்சமும் வலிக்காது என்றும், குண்டு பாய்ந்ததே தெரியாது என்றும் அவன் கேள்விப்பட்டிருந்தான். எனவே, கொஞ்சதூரம் ஓடிய பிறகு, தான் ஸ்மரணை இழந்து கீழே விழுவது வரையில் கற்பனை செய்து கொண்டான்.

ஆனால் அவ்வளவும் கற்பனையோடு நின்றது. நகர்ந்த ரயில் நகர்ந்ததுதான். மூடிய கதவு மூடியதுதான். ஆர்ப்பாட்டம், சத்தம், துப்பாக்கிப் பிரயோகம் ஒன்றுமேயில்லை.

அந்தக் காலத்தில் சோலைமலையில் தனக்காகக் காத்துக் கொண்டிருக்கும் பொன்னாம்மாவின் நினைவு குமாரலிங்கத்துக்கு வந்தது.

இது ஏதோ கடவுளின் செயல்! சோலைமலை முருகனின் அருள்! பொன்னம்மாளைக் கடைசி முறை பார்ப்பதற்குக் கடவுள் தனக்கு ஒரு சந்தர்ப்பம் அளித்திருக்கிறார். அதை உபயோகப்படுத்திக் கொள்ளாவிட்டால் தன்னைவிட நிர்மூடன் உலகில் யாருமே இருக்க முடியாது.

அவ்வளவுதான்; குமாரலிங்கம் நடக்கத் தொடங்கினான். வானத்தின் நட்சத்திரங்களைப் பார்த்துத் திசையைத் தெரிந்துகொண்டு விரைவாக நடக்கத் தொடங்கினான். தன் உள்ளங்கவர்ந்த பொன்னம்மாளைக் கடைசி முறையாகப் பார்க்கவேண்டும் என்ற ஆவல், அவனுடைய கால்களுக்கு ஒன்றுக்கு மூன்று மடங்கு சக்தியையும் விரைவையும் அளித்தது.

20

கதை முடிந்தது!

குமாரலிங்கம் ரயிலிருந்து தப்பிய ஏழாம் நாள், சுமார் 250 மைலுக்கு மேல் கால்நடையாக நடந்து சோலைமலை மணியக்காரர் வீட்டுக்கு வந்து சேர்ந்தான்.

மணியக்காரர் அவனைப் பார்த்ததும் முதலில் அடையாளம் கண்டுகொள்ளவில்லை. யாரோ ஊர் சுற்றும் பிச்சைக்காரன் என்று நினைத்தார். "ஐயா! என்னை அடையாளம் தெரியவில்லையா?" என்று கேட்டதும், உற்றுப் பார்த்துத் தெரிந்துகொண்டார். "ஐயோ, குமாரலிங்கமா? இது என்ன கோலம்? அடாடா! இப்படி உருமாறிப் போய்விட்டாயே?" என்று அலறினார். குமாரலிங்கம் அக்கம் பக்கம் பயத்துடன் பார்த்துவிட்டு மெல்லிய குரலில், "ஐயா! மெதுவாகப் பேசுங்கள் என் பெயரை உரத்துச் சொல்லாதீர்கள்" என்று சொன்னான்.

"அப்பனே! ஏன் இப்படிப் பயப்படுகிறாய்? ஏன் உன் பெயரை உரத்துச் சொல்லக்கூடாது என்கிறாய்?" என்று கேட்ட மணியக்காரர் மறுகணம் பெருந்திகிலுடன் "விடுதலைக்குப் பிறகு இன்னும் ஏதாவது செய்துவிட்டாயா, என்ன?" என்று பரபரப்புடன் கேட்டார்.

"விடுதலையா? என்ன விடுதலை?" என்று ஒன்றும் புரியாத திகைப்புடன் குமாரலிங்கம் கேட்டான்.

"என்ன விடுதலையா? உனக்குத் தெரியாதா, என்ன? பின் எப்படி இங்கே வந்தாய்?" என்று மணியக்காரர் கேட்டது குமாரலிங்கத்தின் மனக் குழப்பத்தை அதிகமாக்கிற்று.

"ஐயா, நீங்கள் என்ன சொல்கிறீர்கள் என்றே எனக்குத் தெரியவில்லையே? என்னை சென்னைச் சிறையிலிருந்து கண்ணனூர்ச் சிறைக்கு ரயிலில் கொண்டு போனபோது வழியில் தப்பித்து ஓடிவந்தேன். இதை விடுதலை என்று சொல்ல முடியுமா? விடுதலை எப்படி நான் அடைந்திருக்க முடியும்? பிரிவு கவுன்ஸில் அப்பீல் இன்னும் தாக்கல்கூட ஆகவில்லையே? அப்படி அப்பீல் தாக்கல் ஆன போதிலும் விடுதலை கிடைக்கும் என்ற நம்பிக்கை எனக்குக் கிடையாது. எந்தக் கோர்ட்டிலே எவ்வளவு தடவை அப்பீல் செய்தால்தான் என்ன பிரயோஜனம்? தலைவிதியை மாற்ற முடியுமா?" என்றான் குமாரலிங்கம்.

"தலை விதியாவது, ஒன்றாவது? அட அசட்டுப் பிள்ளை! இப்படி யாராவது செய்வார்களா? சர்க்காருக்கும் காங்கிரஸுக்கும் சமரசம் ஏற்பட்டு அரசியல் கைதிகள் எல்லாரையும் விடுதலை செய்துவிட்டார்களே! தேசமேல்லம ஒரே கொண்டாட்டமாய் இருக்கிறதே! உனக்கு ஒன்றுமே தெரியாதா? ரயிலிலிருந்து நீ என்றைக்குத் தப்பித்துக்கொண்டாய்?" என்று பரபரப்புடன் பேசினார் மணியக்காரர்.

குமாரலிங்கத்தின் மனநிலை அச்சமயம் எப்படியிருந்தது என்று அவனாலேயே சொல்லமுடியாது. அதை நாம் எப்படிச் சொல்ல முடியும்? அதிசயமும் ஆனந்தமும் அவமானமும் அவநம்பிக்கையும் ஒன்றோடொன்று போட்டியிட்டுக்கொண்டு அவன் உள்ளத்தில் கொந்தளித்தன.

"ஐயா, தாங்கள் சொல்வதெல்லாம் உண்மைதானா அல்லது இந்த துரதிர்ஷ்டம் பிடித்தவனைத் தாங்களும் சேர்ந்து பரிகாசம் செய்கிறீர்களா?" என்று கேட்டான்.

மணியக்காரர் அவனுடைய கேள்விக்குத் தாமே பதில் சொல்வதற்குப் பதிலாகப் பெட்டியில் பத்திரப்படுத்தி வைத்திருந்த பத்திரிகைகளை எடுத்துக் காட்டினார்.

அந்தப் பத்திரிகைகளில் வெளியாகியிருந்த விவரங்கள் மணியக்காரர் சொன்ன விஷயங்களை எல்லாம் உறுதிப்படுத்தின.

அதாவது, காங்கிரஸுக்கும் பிரிட்டிஷ் சர்க்காருக்கும் சமரசம் ஏற்பட்டுவிட்டதென்றும், அதன் காரணமாக அரசியல் கைதிகள்

எல்லாரும் விடுதலை செய்யப்படுவார்கள் என்று ஒரு பத்திரிகையில் இருந்தது. மறுநாள் பத்திரிகையில் இன்னின்ன கேஸைச் சேர்ந்தவர்கள் விடுதலையாவார்கள் என்று கொடுக்கப்பட்டிருந்த விவரமான ஜாபிதாவில் 'தளவாய்ப் பட்டணம் கலகக் கேஸ் கைதிகள்' என்றும் குறிப்பிட்டிருந்தது.

இதைப் பார்த்துவிட்டுக் குமாரலிங்கம் சிறிது நேரம் ஸ்தம்பித்து உட்கார்ந்திருந்தான். ரயிலிலிருந்து தப்பியது முதல் அவனுடைய கால்நடைப் பிரயாணத்தின் போது கண்டு கேட்டு அனுபவித்த பல சம்பவங்களுக்கு இப்போதுதான் அவனுக்குப் பொருள் விளங்கிற்று.

உதாரணமாக வழியில் பல இடங்களில் தேசியக் கொடிகளைக் கம்பீரமாகப் பிடித்துக்கொண்டு, 'வந்தேமாதரம்!' 'ஜய் ஹிந்த்!' முதலிய கோஷங்களைப் போட்டுக்கொண்டு காங்கிரஸ் தொண்டர்கள் ஊர்வலம் வந்த காட்சிகளை அவன் தூரத்திலிருந்து பார்த்தான். அம்மாதிரிக் காட்சிகளைப் பார்க்க நேர்ந்தபோதெல்லாம் 'ஏது? இவ்வளவு அடக்குமுறைக்குப் பிறகும் நாட்டில் சுதந்திர இயக்கம் பலமாக நடக்கிறதே! இந்தியா தேசத்துக்குக்கூட விடுதலை உண்டு போலிருக்கிறதே!' என்று அவன் எண்ணினான். உண்மையில் அந்த ஆர்ப்பட்டங்களுக்கெல்லாம் காரணம் என்னவென்பது இப்போதுதான் அவனுக்கு மிகவும் நன்றாய்த் தெரிந்தது.

இன்னும் பல இடங்களில் போலீஸாரைக் கண்டு அவன் அவசரமாக மறைந்து ஒளிந்துகொள்ளப் பிரயத்தனப்பட்டான். ஆயினும் அவன்பேரில் அவர்கள் சந்தேகப்படவும் இல்லை; பிடிக்க முயலவும் இல்லை.

இன்னொரு சந்தர்ப்பத்தில் அவன் மிகவும் களைத்துப்போய்ச் சாலை ஓரத்துச் சாவடி ஒன்றின் தாழ்வாரத் தூணில் சாய்ந்து உட்கார்ந்துகொண்டிருந்தான். திடீரென்று இரண்டு போலீஸ்காரர்கள் சமீபத்தில் வருவதைப் பார்த்துவிட்டு, சட்டென்று திரும்பிப் படுத்துக்கொண்டு தூங்குவதுபோல் அவன் பாசாங்கு செய்தான்.

போலீஸ் ஜவான்கள் இருவரும் அவன் அருகில் நெருங்கியதும் அவர்களில் ஒருவன், "இவனைப் பார்த்தாயா? குமாரலிங்கத்தின் சாயலாகத் தோன்றுகிறதல்லவா?" என்றான். அதற்கு இன்னொருவன், "குமாரலிங்கம் இங்கே எதற்காக வந்து திக்கற்ற அநாதையைப்போல் சாவடியில் படுத்திருக்கிறான்? மேளமும் தாளமும் தடபுடல் படாதா இத்தனை நேரம் அவனுக்கு?" என்றான்.

இவர்களுடைய பேச்சு குமாரலிங்கத்துக்கு ஒரு மர்மப் புதிராயிருந்தது. வேறு எந்தக் குமாரலிங்கத்தைப் பற்றியோ

பேசுகிறார்கள் என்று எண்ணினான். தன்னைப் பற்றித்தான் அவர்கள் பேசியிருக்க வேண்டும் என்று இப்போது உறுதிப்பட்டது.

“ஐயா, இந்தச் செய்தி ஒன்றும் எனக்கு உண்மையில் தெரியாதுதான்? சாவதற்கு முன்னால் சோலைமலைக்கு எப்படியாவது ஒருதடவை வரவேண்டும்; தங்களையும் தங்கள் குமாரியையும் பார்க்கவேண்டும் என்ற ஆசையினால் ரயிலிலிருந்து தப்பித்து வந்தேன். போலீஸார் என்னுடைய சொந்த ஊரிலே கொண்டுபோய் என்னைவிட்டு விடுதலைச் செய்தியைச் சொல்ல எண்ணியிருந்தார்கள் போலிருக்கிறது. இந்த ஒரு வாரமும் நான் பட்ட கஷ்டங்களுக்கு அளவேயில்லை. அவ்வளவும் வீண் என்று இப்போது தெரிகிறது. என்னைப்போல் மூடன் வேறு யாரும் இருக்கமுடியாது” என்றான் குமாரலிங்கம்.

“அப்பனே, போனதைப் பற்றி ஏன் வீணாகக் கவலைப்பட வேண்டும்? எப்படியோ நீ இங்கு வந்து சேர்ந்தாயே அதுவே பெரிய காரியம்” என்றார் மணியக்காரரர்.

“ஐயா, பொன்னம்மாள் எங்கே? அவளைப் பார்த்துவிட்டு நான் போகவேண்டும்” என்றான் குமாரலிங்கம்.

“அவ்வளவு அவசரம் வேண்டாம், தம்பி. பொன்னம்மாள் அந்தப் பாழடைந்த கோட்டையிலே போய் உட்கார்ந்திருக்கிறாள். சதாசர்வ காலமும் அங்கேதான் அவளுக்கு வாசம். குளித்துச் சாப்பிட்டுவிட்டு அவளைப் போய்ப் பார்க்கலாம்” என்று மணியக்காரரர் சொன்னார். உடனே ஊர் நாவிதரையும் அங்கு அழைத்துக்கொண்டு வரும்படி செய்தார்.

அவர் விருப்பத்தின்படியே குமாரலிங்கம் க்ஷவரம் செய்துகொண்டு ஸ்நானம் செய்து புதிய உடை உடுத்திக்கொண்டான். அவசரஅவசரமாகச் சாப்பிட்டுவிட்டுக் கோட்டைக்குப் புறப்பட்டான். மணியக்காரரும் அவனோடு கிளம்பிச் சென்றார். போகும்போது, “அப்பா குமாரலிங்கம். உன்னைப் பிரிந்த துயரம் பொன்னம்மாளை ரொம்பவும் பீடித்திருக்கிறது திடுதிப்பென்று அவள் முன்னால் தோன்றிப் பயப்படுத்திவிடாதே! படபடப்பாகப் பேசாதே! கொஞ்சம் ஜாக்கிரதையாகவே நடந்துகொள்” என்று மணியக்காரரர் எச்சரித்தார்.

இந்த எச்சரிக்கை எல்லாம் எதற்காக என்று அப்போது குமாரலிங்கத்துக்கு அவ்வளவாக விளங்கவில்லை. பொன்னம்மாளைப் பார்த்துப் பேசிய பிறகுதான் விளங்கிற்று.

மணியக்காரரும் குமாரலிங்கமும் வந்ததைப் பொன்னம்மாள் பொருட்படுத்தியதாகவே தெரியவில்லை. அவர்களைப் பார்த்ததும் பாராதது போல் வேறுபக்கம் முகத்தைத் திருப்பிக்கொண்டாள்.

இதைப் பொருட்படுத்தாமல் குமாரலிங்கம் அவள் அருகில் சென்று உட்கார்ந்து, "ஏன் இவ்வளவு பாராமுகம்? இத்தனை நாள் கழித்து வந்திருக்கிறேனே, பிரியமாக வரவேற்று ஒரு வார்த்தைச் சொல்லக்கூடாதா? ஒருவேளை என்னை மறந்துவிட்டாயா அல்லது அடையாளம் தெரியவில்லையா?" என்று மிக்க பரிவோடு கேட்டான்.

அவ்வளவு நேரமும் சும்மா இருந்த பொன்னம்மாள் அவன் முகத்தை ஏறிட்டுப் பார்த்து, "நீங்கள் யார்? அடையாளம் எனக்குத் தெரியத்தான் இல்லை" என்றாள்.

"நான்தான் குமாரலிங்கம். உனக்குக்கூட அடையாளம் தெரியாதபடி அவ்வளவு மாறிப்போய் விட்டேனா அல்லது உன் மனந்தான் மாறிவிட்டதா?" என்றான் பொன்னம்மாளின் காதலன்.

"குமாரலிங்கமா? அது யார்? நான் அந்தப் பெயரைக் கேட்டதில்லையே?" என்று பொன்னம்மாள் சொன்னபோது குமாரலிங்கத்துக்கு 'திக்' என்றது.

"பொன்னம்மா, உண்மையாகத்தான் பேசுகிறாயா? அல்லது விளையாட்டா? குமாரலிங்கத்தை அவ்வளவு சீக்கிரமாகவா நீ மறந்துவிட்டாய்?"

"ஐயா! குமாரலிங்கம் என்று நான் கேட்டதுமில்லை. என் பெயர் பொன்னம்மாளும் இல்லை. வீணாக என்னை எதற்காகத் தொந்தரவு செய்கிறீர்கள்?"

குமாரலிங்கத்தின் குழம்பிய உள்ளத்தில் பளிச்சென்று ஓர் ஒளிக்கிரணம் தோன்றியது.

"பொன்னம்மாள் இல்லாவிட்டால், பின்னே நீ யார்?" என்று கேட்டான்.

"என்னைப் பார்த்தால் தெரியவில்லையா? சோலைமலை இளவரசி நான்; என் பெயர் மாணிக்கவல்லி."

இதைக் கேட்டதும் குமாரலிங்கத்தின் உள்ளத்தில் ஒரு பெரும் வேதனை உதித்தது. மனத்தை திடப்படுத்திக் கொண்டு, தயக்கம் தொனித்த குரலில், "மாணிக்கவல்லி! நான்தான் மாறனேந்தல் இளவரசன். என்னைத் தெரியவில்லையா?" என்றான். "ஆ! ஏன்

பொய் சொல்கிறீர்? மாறனேந்தல் இளவரசர் இப்படியா இருப்பார்?" என்று சொல்லிவிட்டுப் பொன்னம்மாள் சிரித்தாள்.

அந்தச் சிரிப்பின் ஒலி குமாரலிங்கத்துக்கு உண்மையை தெளிவாக உணர்த்தியது. பொன்னம்மாளின் அறிவு பேதலித்து விட்டதென்றும், இனித் தன்னை ஒருநாளும் அவள் அறிந்துகொள்ளப் போவதில்லையென்றும் உணர்ந்தான். அதே சமயத்தில் அவனுடைய இருதய வீணையின் ஜீவ நரம்பு படீரென்று வெடித்து அறுந்தது.

தமிழ்நாட்டில் உள்ள முருகனுடைய கோயில்களில் களை பொருந்திய முகத்துடன் கூடிய இளம்வயதுச் சாமியார் ஒருவரை நீங்கள் பார்க்க நேர்ந்தால் அவர் யார் என்று விசாரித்துப் பாருங்கள்.

'சோலைமலைச் சாமியார்' என்று பதில் சொல்வார்கள். அதோடு அவர் உலகப்பற்றை அடியோடு ஒழித்த 'பால சந்நியாசி' என்றும், 'பரம பக்த சிகாமணி' என்றும், பூர்வாசிரமத்தில் அவர் 'தேசத்தொண்டர் குமாரலிங்கம்' என்றுங்கூடத் தெரிந்தவர்கள் சொல்லுவார்கள்.